DAYARI NG ISANG MISANTROPO

D9900091

LORENZO A. FERNANDEZ JR.

Iba Pang Libro Ni Lorenzo A. Fernandez Jr.

Fevers (a collection of poems in English)

Strawberry Fields at Iba Pang Kuwento (a collection of short stories in Filipino)

Ibang Klase (a novel in Filipino)

Aliw-iw at Alulong (a collection of poems in Filipino)

Para sa mga santo sa aking buhay, lalo na ang aking

mga magulang na sina Lorenzo at Eduviges

DAYARI NG ISANG MISANTROPO
Copyright 2017
by Lorenzo A. Fernandez Jr.

Dayari: Part One

Kahapon ng gabi biglang sumagi sa isip ko na kailangan ding magsulat ako ng dayari o talaarawan, gamit ang lengguwaheng Filipino, kung gusto kong masanay sa pagsusulat sa wikang ito. Araw-araw ko itong gagawin.

Sinulat ko ito bandang alas-sais ng umaga ngayong araw na ito. Ito na ang simula ng isang mahabang tala sa aking sarili. Ngayon ko lang ginawa ito at umaasa akong may mapupulot akong ginto (hmm, sumagi sa isip ko iyong una kong nobela tungkol sa ginto) o makadiskubre ng ibang mahika sa paglalakbay na ito.

Ang una kong "diary" o iyong mga nakalipas na dayari ay nakasulat sa Ingles. Pinilit kong magsulat araw-araw kahit walang gaanong insidente. Para akong nagpepenitensiya araw-araw. Bawat salitang gamitin ko'y pahirap sa aking utak. Pero tinapos ko at nang basahin ko uli ay maganda naman pala. Iyon lang ang aking konsuwelo sa pagsusulat–sa kahit anong uri ng literatura.

Sana'y hindi na maulit iyong karanasan na iyon dahil gagamitin ko na ang sariling wika. Gano'n pa man, sumisingit pa rin sa isipan ang bokabularyong Ingles habang sinusulat ko ang pahinang ito. Sa mga susunod na pahina, hindi ko masasabi na makakapagsulat ako ng purong Filipino,

1

kahit anim na diksiyonario ang katabi ko ngayon.

Alam kong hindi sapat ang mga ito. Isang halimbawa'y hindi ko maisalin sa Filipino ang Ingles na salitang entry, kahit anong hanap ang gawin ko. Napakasimpleng salita pero naaaksaya ang oras ko sa pagta-translate (see?).

Binubuklat ko ang diksiyonario ngayon at tinitingnan ko ang kahulugan ng translate sa Filipino. Isalin lang pala. Ito ang bago kong penitensiya sa pagsusulat sa dayaring ito, palagay ko.

Sa isang banda, maaaring lantarang gumamit ako ng Ingles hindi dahil sa hindi ko alam magsalin kundi mas ginagamit ito ng karamihan. Common sense ang aking gabay. Hindi ko hangad na lituhin ang mambabasa dahil ang hangad ko'y magsulat nang makatotohanan, kahit ano pa ang tingin ng buong mundo.

Alas-kuwatro ng hapon. Dumating ang bunso, si Meli, galing sa eskuwela. Nalalanghap ko sa ibaba ang niluluto ni Donn, pangalawa sa panganay. Pero may "tawag ng kalikasan" sa akin. Kailangan ding pagbigyan ang mundo sa labas kaya titigil muna ako sa entry na ito pansamantala.

Day 2

Katatapos ko lang kumain ng tanghalian. Sinigang na lapulapu ang ulam. Kung ako'y magiging vegetarian, kakain pa rin ako ng pagkaing dagat. Hindi ako magsasawa. Gaya ng gulay, marami ring klase o uri ng pagkaing dagat, di tulad ng karne, na sa pangkalahatan ay karne lang ng manok, baka, at baboy.

Ganoon lang kasimple ang aking pagkain. Hindi na ako naghahangad ng iba't ibang putahe. Napakaraming recipe ang mababasa mo sa mga magasin at diyaryo, pero hindi ko sinusubukang lutuin. Kaya lang naman sumasarap ang mga iyon ay dahil sa MSG at iba't ibang artipisyal na pampalasa. Mabuti pa raw sa kalusugan. Pshaw! Kung ako lang ang masusunod, kakain na lang ako ng gulay at makikipagpustahan na mas healthy ako.

Bagama't pagkain ang paksa ng entry na ito, hindi nangangahulugan na ito ang aking interes. Kapag nagbabasa ako ng kuwento at may pagkaing inilalarawan doon, nabubuwisit lang ako. They had too much food in their books . . . son of a bitch, sabi nga ni Alexander Solzhenitsyn, patungkol sa ibang manunulat. Kung mas interesado ang isang manunulat sa pagkain kaysa sa tunggalian sa istorya, mas makabubuting magkusinero na lang siya. Kunsabagay kusinero din ako–kung may writer's block.

Day 3

Kahapon ng hapon, naipangako ko sa lahat ng miyembro ng pamilya na hindi ako iinom ng alak hanggang sa matapos ang Mahal na Araw. Hindi nga ako uminom kahapon. Pero ngayon, hindi na naman yata. Ewan ko, hanggang pangako lang naman ito at milagro kung kaya kong pangatawanan. Kaya ko ba o hindi? Iyan ang pinakamahirap na tanong.

Ang sagot dito'y magsulat, na siya kong ginagawa ngayon at maniwala ka man o hindi, gumaganda ang aking pakiramdam. Gusto kong maniwala na ang pagsusulat ay isang milagro!

Paikli nang paikli ang aking naisusulat, tatlong araw pa lang ang nakakaraan mula nang umpisahan ko ang dayari na ito. Baka ningas-kugon lang ang lahat, pero masyado pang maaga para maghusga.

Day 4

Isinulat ko kahapon na hanggang pangako lang ang hindi pag-inom ko ng alak. Hindi ako nagkamali dahil bandang alas-siete ng gabi ay nagpabili ako kay Jullian ng isang boteng lokal na brandy. Mahigit kalahati ng bote ang nainom ko. Ang katwiran ko'y para makatulog agad upang makalimutan ko ang alingasaw ng natapong thinner malapit sa kusina. Ganoon naman palagi. Palagi akong may katwiran sa pag-inom at palagi ring may pangako na sa susunod ay hindi na ako iinom.

Pero hindi ako nawawalan ng pag-asa. Iyong nakatiis ako na hindi uminom kamakalawa ay patunay na kaya ko ang demonyo—ito ang tawag ng ilan sa alak. Huwag mawalan ng pag-asa. Magandang payo iyan—para sa mga "alaktrician."

"Wow, pare! High na naman tayo," 'ika nga nila. Pero hindi ako ganoon kaordinaryong engot na lasing, maniwala ka.

Day 5

Abala ako sa paggawa ng isang improvised na steamer. Gumamit ako ng isang rolyo ng galvanized iron na may 20 pulgada ang taas. Ang kapasidad ng steamer ay 25 na fruiting bags, humigit-kumulang. May katiting na pag-asa akong natatanaw dahil iyong nakaraang fruiting bags na tinamnan ko ng spawn ng oyster mushroom ay nag-uumpisa nang pumuti. Ngayon lang yata ako magtatagumpay sa paggawa ng sariling patubuan ng oyster mushroom, kabuteng pamaypay sa Tagalog.

Day 6

Bakasyon na nina Justin, partner ko sa pagkakabute, at Jullian, tagabili ng alak. Pero sa maniwala ka't hindi, hindi ako uminom kahapon. Ah, napunta na naman sa alak ang sinusulat ko, 'magang-'maga pa lang.

Walang masyadong nangyari kaninang umaga kundi tinapos ko lang ang paggawa ng dalawang rack na kailangan para sa steamer ng fruiting bags ng oyster mushroom. Pagal na pagal ang aking katawan at wala akong pamimilian kundi magpabili ng alak

5

kay Jullian. Pero ininom ko ito bandang alas-singko ng hapon. Akala mo, alcoholic ako. Kahit anong oras ay puwede akong tumigil. Kung hindi ka naniniwala, isa kang moron. That's all for today. I should have written, "Drunkenly Yours."

Day 7

Marami akong dapat isulat pero parang may writer's block ako ngayon, kahit magandang isulat ang gamit kong bolpen. Lagi akong naniniwala na kung wala akong sakit at husto sa enerhiya, makakapagsulat ako. Kaya kahit may writer's block ako, nagsusulat pa rin. Sa katunayan, madali lang magsulat. Umpisahan mong sumulat ng isang salita at kung sinusuwerte ka, masusundan ito ng marami pang salita hanggang sa maramdaman mong ikaw ay inspirado na. Walang musa na kailangan sapagkat naniniwala ako na ang pagsusulat mismo ang aking inspirasyon.

Hindi ako nakainom, kaya ang aking exit line ay "Not Drunkenly Yours."

Day 8

Para akong nagsusulat ng liham sa mga kaibigan na karamihan ay putik, napansin ko lang. Hindi ba ito'y dayari? Ewan ko, anuman ito, tatapusin ko.

Kung ako'y magsusulat lang ng mga walang kabuhay-buhay na kaganapan sa bawat araw, hindi na ako magsusulat. Kailanman ay hindi ko inisip na magsusulat lang ako na parang isang reporter na walang kakayahang bumuo ng sariling opinion o ideya. Ako'y isang taong punong-puno ng ideya at pupunuin ko ng mga ideya ang dayaring ito, kahit sabihin mong hindi dapat ganoon ang laman at porma nito.

Parang nasa balag ng alanganin pa rin ako. Lahat siguro ng manunulat ay gano'n at para makaalpas sila sa ganoong kalagayan ay nagsusulat sila.

Day 9

Nakakasawa na ang balita tungkol sa mga "hinostage" na mga 30 bata na natapos bandang alas-siete kahapon. Wala namang nasaktan o namatay at naging sikat pa ang nang-hostage na si Jun Ducat, na wala namang kongkretong karaingan, kundi bigyan daw ng edukasyon ang mga mahihirap na bata at ihinto ang katiwalian sa gobyerno. Alam naman natin na ang Pilipinas, ayon sa ginawang pag-aaral, ay nangunguna sa katiwalian sa buong Asya at walang nakaisip na mang-hostage para maiparating sa tao ito kundi si Jun Ducat, na ayon sa mga kakilala ay mayaman na engineer-contractor at matulungin sa mahihirap.

Kontodo asikaso naman ang mga doktor sa kalagayan ng mga bata. Sabi nila, baka magkaroon ng trauma, samantalang mismong mga bata na ang

7

nagsabing napakabait ni Jun Ducat at pinakain pa sila ng ice-cream. Maging ang mga magulang ay bayani ang tingin sa hostage taker. Iyon pala, si Jun Ducat ang nagpapa-aral sa mga batang kanyang hinostage. Nilinaw niya sa isang interiew na wala siyang pinagsisisihan sa kanyang ginawa at kung may pagkakataon uli, muli niyang gagawin ang pangho-hostage maiparating lang niya sa lahat ang kanyang mga sentimyento. Ibang klase ito. Kung magkakaroon ng kahit isanlibong Jun Ducat, maaaring mabago ang takbo ng buhay ng mga Pilipino, maniwala ka. Wala na akong masasabi, kundi parang gusto ko ring mag-ala Jun Ducat, pero hindi ako mangho-hostage. Mag-o-oblation run na lang siguro ako nang walang supot sa mukha . . . nakainom ako pero hindi lasing, maniwala ka.

Day 10

Balita pa rin: Napahiya, sabi nila, ang Pilipinas sa buong mundo dahil sa priviledged speech ni Jun Ducat tungkol sa corruption sa gobyerno. May nasibak pang mga opisyal sa kapulisan. Hindi ba't dapat pang sabitan ng medalya sila dahil mapayapa ang katapusan ng hostage-drama? Dispalinghado talaga. Iyan ang nakakahiya. Pero . . . ah, ayaw ko nang magsalita. Hanggang dito na lang, "Embarrassingly yours."

Take note: Ayaw ko man (o gusto), Taglish na ang dayaring ito. Napakabulok talaga ng anim na diksiyonaryong ginagamit ko—sa tuwing titingin ako, wala akong mahanap.

Day 11

Napakabagal bago ko maunawaan ang isang katotohanan. Tulad ng pagiging writer ko. Ngayon ko lang napagtanto bagama't matagal na rin akong nagsusulat. Tulad ng ilan sa aking handicap na hindi ko pinapaniwalaan noong una, kahit panay ang pansin o pahaging ng mga taong mahilig mamintas—bulok din naman na mas masahol pa sa pinipintasan nila. Hindi mo talagang masasabi na kahit may kapintasan ka ay ligtas ka na sa inggit, dahil maaaring mas maganda ka pa ring lalaki sa kanila.

Ngayon maliwanag na ang lahat. Maikli lang ang aking tala (nahanap ko rin ang translation ng entry, talagang ito na kaya?), pero iyon ang katotohanan.

Day 12

Palm Sunday o Linggo ng Palaspas—hindi ko sigurado ang translation. Simula na ng pangingilin hanggang Black Saturday kung hindi ako nagkakamali. Pero bukas, magpapagawa kami ng sirang gutter at kisame. Nasira tuloy iyong balak kong mag-fasting ng pitong araw (sa alak) kung walang gagawin.

9

Kasalukuyang ginagawa ngayon ang gutter na puro kalawang. Balak ko'y palitan na lang iyon ng bago pero ipinagpilitan ng mukhang tinikling na karpintero na puwede pang tapalan ng roof paint at sealant ang mga butas. Pero alam kong nagbabawas lang ng ta-trabahuin ang timawang karpintero. Tapal-tapal lang ang gagawin niya at ng kanyang timawa ring kasama na sumabit lang at meron na silang limanlibong piso.

Bandang hapon, nagawa na ang gutter. Pero naisip kong pabuhusan ito ng tubig kung talagang natakpan ang mga butas. Binuhusan at nabuking ang palpak nilang trabaho. Tumutulo ang tubig sa napakaraming butas. Mga ungas na karpintero! Nagpabili uli ng sealant at muling nagtapal at saka nagbuhos ng tubig uli sa gutter at saka pa lang walang tumulo. Pero baka isang linggo lang ang lumipas at puro tulo na naman dahil sa balbal o pawardi-wardi nilang trabaho.

Palagay ko'y kailanman ay hindi ko makakasundo ang mga ganoong uri ng tao, kaya magmula ngayon, itaga mo sa bato, hindi na ako makikipag-usap sa mga hindi ko kauri. Matagal ko na sanang dapat ginawa iyon, kaya lang mahaba ang pasensiya ko.

Day 14

Pangalawang araw ng aking penitensiya sa mga

10

karpintero. Gaya ng inaasahan, gusto ng ungas na karpinterong tinikling na magbawas uli ng trabaho sa ikakabit niyang drain pipes. Gusto'y dere-deretso lang patungo sa labas ng bakod ang mga pvc pipes. Pero napakarami ng ipinabili niyang pipes, elbows o couplings. Para saan ang mga iyon kung sobra? Ni walang aesthetic look ang kanyang disenyo. Merong mas magandang ideya si Justin at iyon ang ipinagpilitan niya, pagkatapos ng katakot-takot na paliwanag niya. Pero alam kong ipinagpipilitan din ng ungas ang kanyang bulok na disenyo. (Ayoko nang makipag-usap sa walang kuwentang karpintero, naaabala lang ako sa pagsusulat.) Bahala na si Justin sa kanya para matuto naman siya sa tunay na realidad.

Pakyaw ang labor, kaya ginagawa ng karpintero ang lahat ng paraan na mabawasan ang gagawin para makuha niya agad ang bayad. Timawa. Penitensiya talaga ito, kahit nakainom ako.

Day 15

Pangatlong araw ng penitensiya ko sa mga walang kuwentang karpintero. Pati pagsusulat ko'y nauntol dahil sa mga ungas na iyon. Siguro, naiirita na rin sila sa patuloy kong paninita sa kapalpakan nila't pandaraya. Noong una, hindi ko masyadong pinapansin ang mga bulok nilang parinig dahil nga duwag lang ang nagpaparinig. (O talagang sakit na ito ng mga Pilipino, dahil hindi nila kaya ang mga banyagang sumakop sa kanila at para makaganti,

11

nagpapahaging na lang sila.)

Pero sa araw na ito'y pinatulan ko ang mga parinig. Tutal, huling araw na ng penitensiya ko. "Timawang tinikling," 'kako. Pero nagbingi-bingian lang. Ganoon naman ang karaniwang reaksiyon ng pinaparinggan. Mahusay magparinig ang pangkaraniwang tao, pero pag ginantihan mo'y parang walang narinig. Napakawalang kuwentang sakit ng mga duwag! Palagay ko'y natapos din ang aking penitensiya pero hindi ako madaling makalimot kaya nagpabili ako ng alak kay Jullian. Mas matalino pang kasama ang alak kaysa sa mga bugok na karpintero. Sinira talaga nila ang Mahal na Araw ko! Salamangkero talaga . . . ako pa!

Day 16

Huwebes Santo. Kaninang umaga, mga alas-siete, biglang dumating ang tinikling na karpintero, pati kasamahan niya. Magta-trabaho daw sila—wala talagang pangingilin. Sinabi kong sa Lunes na lang dahil Mahal na Araw. Pabulong-bulong na parang may minumura siya, pero wala siyang nagawa kaya bumali na lang ng dalawang libong piso na agad ko namang ibinigay.

Gano'n lang at okey na ang ungas na karpintero. Nadagdagan ng isang araw ang aking penitensiya. Kailan ba ito matatapos? J. C., patulong naman hangga't hindi ka pa nila ipinapako.

Mga alas-sais ng umaga ko ito sinulat. Walang masyadong ingay ngayong Biyernes Santo. Sana'y walang karpinterong mukhang tipaklong (o tinikling—gano'n din 'yon) sa araw na ito. Sabagay, wala naman silang pangingilin—gusto nilang gumawa kahapon, di ba? Tipaklong na ang tawag ko sa kanya ngayon, lalo na't dala niya ang kanyang bisekleta. Kontodo pa ang outfit niya na parang sasali palagi sa tour of Luzon. Balot na balot ang katawan at hita ng unipormeng pangkarera, kaya siya mukhang tipaklong o tinikling, kahit alin ang itawag mo. Mahilig ding magpantasya kahit karpintero.

Dapat maliwanag sa mambabasa na hindi telenobela itong sinusulat ko, na pawang numero uno ang mga laborers sa pagdurusa o pagpi-penitensiya—pampataas lang ng rating iyon para mapagbigyan ang kababawan ng mga tao at tagahanga.

Ang sinusulat ko'y katotohanan na naoobserbahan ko araw-araw. Hindi rin isang kuwento na nasusulat sa pormang dayari. Patutunayan ko iyan sa buong mundo, sa tao, sa Diyos, at sa mga maliliit na diyos, whoa.

Bagama't punong-puno ito ng opinion, sinisiguro kong hindi biased ang aking obserbasyon. Kung hindi biased ang aking oberbasyon, alam kong may laman ang aking opinion—ipaglalaban ko iyan. Aba, pilosopo na rin ako.

I have read somewhere that reading makes a full person (I don't remember the exact words). I agree, and if everyone would only be aware of the importance of reading, this country could be a lot better in terms of progress.

I cannot, therefore, imagine our country enjoying economic progress without intellectual progress. Contrary to popular belief, corruption is not to blame for the present condition because this is just one of the symptoms of undeveloped minds. In general, Filipinos don't have the patience to read (they would rather party and socialize—imitating the lifestyle of the rich and feeling like celebrities, oh, shit!)

Hindi ko na yata maiwasang mag-Ingles. Sabagay, dati naman akong nagsusulat sa Ingles at "trying hard" lang akong magsulat sa Tagalog o Filipino. Isa pa, Ilokano po ako na natuto lang mag-Tagalog dahil sa pagbabasa. A penny for your thoughts.

Linggo ng Pagkabuhay. Nagpunta ang buong pamilya sa Villa Riza Resort, bayan ng Santa Rosa, mga 20 kilometro ang layo sa Cabanatuan. Nag-swimming, kumain, nag-swimming uli, hanggang sa magsawa na ako at umahon sa swimming pool, naiwan ang iba na hindi pa nagsasawa.

Gano'n lang pala. Mas maganda pa sa mall at may konting variation ang mapapanood at mabibili. Matanda na yata ako. Ang swimming ay para na lang sa mga bata, tsk, tsk, tsk, maliban lang kung sa balong malalim . . . bastos, never mind.

Day 20

Halos nagtulog lang ako maghapon dahil sa labis na alak na nainom ko kahapon matapos mag-swimming. Kitang-kita ang ebidensiya, halos hindi ako makapagsulat kaya ito lang ang naitala ko. Better luck next time. Higa uli.

Day 21

Talagang walang ka-logic-logic ang buhay. Kahapon ng gabi ay nasabi ko na hindi nakakaintindi ang ilang miyembro ng pamilya tungkol sa aking pagma-mushroom culture, kaya huwag na silang magkomento ng kung ano-ano.

Kaninang umaga, dumating ang kinausap ni Mayette na siyang mag-aayos ng septic tank. Matanda na siya, mga 80 years old, pero hindi siya mismo ang gagawa kundi ang anak niya at ibang katulong. Siya bale ang manager ng kanyang negosyo. Sa aking pagtatanong, nasabi niya na,

15

"Kung hindi nakakaintindi, mas mabuting tingnan na lang ang gagawin ng mga nakakaintindi." Mga tatlong beses niyang sinabi iyon. Walanghiya! Kahapon, ako ang nagsasabi ng "hindi nakakaintindi." Ngayon nama'y ako ang napagsabihan ng ganoon.

Ang hangad ko lang naman sa aking pagtatanong ay kumuha ng impormasyon para ako makapagdesisyon. Iyon ang hindi naiintindihan ng amoy-lupang matanda na tumanda na bilang magtatae.

Day 22

I feel empty. This is an empty day.

Natapos din ang mga ipinapagawa sa mga karpintero. Wala nang garapalan, kaya medyo matamlay ako, at para mawala iyon, uminom ako ng brandy on the rocks kahit lokal na gawa sa bansang ito. It made no difference at all.

Day 23

Gabi ng Huwebes. Gumawa ako na parang karpintero. Nag-recycle ako ng tatlong pintong binaklas ng karpintero at inilipat sa ibang lugar. Nilinis ko ang CR at gumawa ng substrate para sa oyster mushroom—sa kabila ng napakaraming palpak na eksperimento, ngayon lang yata ako

16

magtatagumpay. Sa Sabado ay tuloy na ang pagpapagawa sa may diperensiyang septic tank. Isa na namang penitensiya kahit lumipas na ang Semana Santa.

Day 24

Malapit na ang eleksiyon sa Mayo. Panay na ang patugtog ng mga kanta para sa mga politiko. Palagi namang gano'n kung eleksiyon at wala namang pagbabago pagkatapos mahalal ang mga kandidato.

Minsa'y naisip ko na merong pagbabagong mangyayari kung mga pari na lang ang mamumuno sa bansa. Kaninang umaga'y narinig ko sa radyo na merong dalawang pari ang tatakbo bilang gobernador. Na-pick up kaya nila iyong naisip ko? Parang gusto ko nang maniwala sa telepathy.

Day 25

Ginawa na ng mga magtatae ang septic tank. Hindi nila alintana ang baho ng ebak, pero sensitibo sila sa mga taong may body odor (kagaya ko, ugh!). Alin ba ang mas nakakapinsala?

Day 26

Puro simba ang aking pamilya, walang mintis kung

Linggo. Ayokong magsimba, tumataas lang ang aking blood pressure. Sa simbahan ay napakainit at sari-saring pabango ang maaamoy mo—kaya ako naa-allergy at tumataas ang blood pressure. Naisip ko na mas maganda na lang magsimbang mag-isa sa bahay. Iyon ang ginawa ko. Ibang klase, di ba?

Day 27

Puro pisikal na trabaho ako ngayon. Hinalo-halo ko ang aking ginagawang substrate para sa oyster mushroom. Ginawa ko rin ang pinto ng mushroom house sa likod ng bahay. Para akong karpintero, kulang lang ng lakas ang aking braso.

Halimbawang lumaki akong karpintero, malamang na magboksing din ako dahil sa lakas ng aking braso, mas malaki pa ang kita. Maraming karpintero, kargador, at artista na mahilig magpalaki ng katawan ang may mas malalaki pang braso kaysa kay Pacman, pero sinasayang lang nila dahil hindi sumasagi sa isip nila ang magboksing. Puro porma lang.

Day 28

Mahirap ituon ang aking oras sa pagsusulat na wala naman akong inaasahang perang darating—kung meron man, kakapuringgit. Mas mabuti pang mag-stick na lang sa mushroom culture. Dito ako may pag-asa. Ilang araw na lang at bubuksan ko na ang first batch ng fruiting bags na 75% ay puno na ng puting mycelium.

Day 29

Tinapos ko na ang dapat tapusin sa mushroom house, pati ang paglalagay ng improvised na screen door sa bawat pinto. Tumatagaktak ang pawis ko pero balewala iyon. Ngayon pa nga lang ako nakakapag-exercise nang todo.

Day 30

Nilinis ko ang mushroom house at inilipat ko ang ilang fruiting bags dito. Baka bukas o sa makalawa ay bubuksan ko na sila para malaman kung may tutubong kabute. Kabuteng buhay!

Day 31

Nagtitimpla ako ng panibagong substrate. Gagawa ako ng fruiting bags bawat linggo. Balak ko'y punuin ng fruiting bags ang mushroom house. Tuloy-tuloy na ba ito? Hindi na yata ako magsusulat.

Day 32

Nag-steam ako ng fruiting bags ng mga dalawang oras—ayon sa pamphlet ng mushroom culture. Natapos hanggang alas-singko ng hapon. Para makapag-relax, nagpabili ako ng brandy kay Jullian, as usual. Inubos ko ang kalahating bote hanggang sa ako'y antukin at nakatulog. Oh, here we go again!

Day 33

Linggo. Nagsimba ang buong pamilya, kasama ako. Napakainit maghapon at wala akong magawa kundi diligin ang mga fruiting bags na binuksan ko na kahapon. Siyempre, dinilig ko rin ang sarili ko ng dalawang "Red Horse" bandang alas-sais ng hapon, ah.

Day 34

Maaga kong tiningnan kung may kabute nang tumutubo sa mushroom house. Wala pa. Pero, matiyaga ako. Dilig uli. Mga apat o limang beses ang pagdidilig ko dahil mainit ang panahon. Kung magtagumpay akong mapaputi ang mga maiitim na fruiting bags, magtatagumpay din ako na mapatubo ang mga ito. It's just a matter of time.

Successful ang mushroom culture. Kaninang umaga'y tiningnan ko kung may tumutubo na sa mga fruiting bags. May napansin akong maliliit na kabuting tumutubo na parang ulo ng maliliit na karayom. Pagkaraan ng mga palpak na eksperimentong hindi ko na binibilang, ngayon lang ako nakapagpatubo ng kabute sa sarili kong gawang fruiting bags. Ito na siguro ang tamang panahon.

Day 36

Patuloy sa pagtubo ang mga kabute. Mushroom growing is a lot more exciting to me now than writing. "Writing is cheap. I'm ashamed of being a writer." That's from Mr. Hemingway.

Day 37

Unang ani ko ng oyster mushroom. Pinirito ko muna nang bahagya at inihalo sa itlog at pinirito. Oh, napakalinamnam nang tinikman ko! Hindi lang pala hugis talaba kundi lasang talaba pa.

Who cares about writing now? Writing be damned. Wala namang nagbabasa ng serious writing sa bansang ito.

Gano'n pa man, serious pa rin ako sa pagsusulat, gaya ng pagpapatubo ko ng kabute.

Day 38

Hindi matibay ang notebook na pinagsusulatan ko ng dayaring ito. Nagkakandahiwa-hiwalay na ang mga dahon. Nakakawala ng gana. Napakainit pa ng singaw ng panahon. Nangunguluntoy tuloy ang aking mga kabute. Apektado talaga ang pagsusulat, kaya tigil muna.

Day 39

Kailangang mag-unwind. Nagpunta kami sa Hunter Valley, isang resort sa Barangay Bangad, sakop pa rin ng Cabanatuan. Dumating kami roon bandang alas-diyes ng umaga at nagtampisaw agad sa swimming pool ang mga bata. Bandang alas-dos nang lumangoy ako, pero parang may kulang.

Iyon pala, nakalimutan kong dalhin ang tatlong bote ng Red Horse. Hindi nakatiis, naghanap kami ni Jullian ng sari-sari store at bumili ng dalawang bote kahit mahal. Kompleto na rin ang kulang, at tinuruan ko pang lumangoy ng freestyle, backstroke, sidestroke, butterfly, at doggie ang mga bata, kasama si Misis, siyempre.

Day 40

Masakit ang katawan at kasu-kasuan dahil sa puwersadong paglangoy ko kahapon. Kulang sa practice. Naghanap ako ng Alaxan, isang pain reliever, pero wala—kaya alak na lang. Gano'n din naman ang epekto.

Day 41

Apektado ang aking energy, pati mood, dahil sa init ng panahon. Unang mag-iinit nang husto ang bansang ito sa global warming dahil dati nang mainit dito. Ano pa ba'ng gagawin ko kundi maupo o mahiga na bukas palagi ang electric fan?

Day 42

Ngayon ay Labor Day. Nagsagawa rin ako ng sarili kong labor day.

Nagbungkal ako ng lupa sa likod-bahay at inipon ang malalaking tipak ng bato at semento, saka itinapon sa kabilang bakod. Lalong nag-init ang aking katawan at humapdi ang batok sa tindi ng sikat ng araw. Hindi bale, uminom naman ako ng malamig na likidong pain reliever (see: Day 40) bandang alas-singko ng hapon at itinuloy ko ito hanggang alas-onse ng gabi.

Day 43

Sinubukan kong gumawa ng panibagong spawn.

Tatlong buwan na ang lumang rice spawn at kailangang makagawa ng bago para hindi ako maubusan. Puwede rin ang sorghum, pero mas maganda ang performance ng palay sa paggawa ng spawn, ayon sa aking obserbasyon.

Day 44

Hindi makatubo nang todo ang mga kabute dahil sa sobrang init at tuyong hangin. Kahit ilang beses ko silang diligin ay ayaw lumaki ang mga ito. Ako mismo ay nangunguluntoy din ang pakiramdam. Mahirap mamalagi sa torrid zone na lalo pang pinapalubha ng global warming. Here we go again.

Day 45

Bukas ang birthday ko, birthday rin ni Mely. Bunso ako, bunso din siya. Nagkataon lang kaya? Father and daughter having the same birth date, pambihira.

Ano ang handa namin? Hindi pareho, dahil iba ang taste ko, iba din ang sa kanya. Pagsasamahin na lang namin ang aming taste. Di ba okey 'yan?

Day 46

Birthday ko ngayon at ni Mely. Nag-ihaw ako ng limang tilapia at talong para mabago naman ang

24

putahe. Puro karne kasi ang karaniwang handa kung may birthday. Ang sawsawan ko ay kamatis, sibuyas, paminta, siling labuyo, konting suka, at toyo. Mas masarap pa sana kung may bagoong.

Para sa wife and 5 children, siyempre karne—litsong manok at baboy. Pero tumikim din ako. Wala nang bawal-bawal kahit may hypertension. 'Ika nga ng mga Intsik, "Hindi na bale paktay, basta hindi putol sarap!"

Day 47

May nagbigay ng isang baldeng talaba (galing ng Dagupan), isang pamangkin ni Mayette. Paborito ko ang talaba. Kumain ako nito, hindi ko na niluto at napakalasa. Iyong hindi naubos ay niluto ko sa suka na may bawang, sibuyas at paminta. Para akong nag-celebrate ng birthday ng dalawang beses! The best talaga ang talabang Dagupan, pero ako lang ang kumain. Ayaw nila, di nila type. Yucky, sabi nila.

Day 48

May tumutubo na namang oyster mushroom sa ilang fruiting bags na binuksan ko. Kasinglasa ng talaba, pero kailangang lutuin. Gumawa ako ng panibagong spawn. Mukhang palpak iyong nauna kong ginawa, hindi bumusa ang mga sorghum—kulang sa luto. Ngayon ay mahigit tatlumpung minuto kung

25

pinakuluan hanggang sa bumusa. Siguro naman ngayon ay hindi na palpak. I must learn from past experiences and experiments.

Day 49

Kaninang umaga'y kumain ako ng natirang talaba at ako'y tinamaan—siguro diarrhea. Akala ko'y hindi ako tatablan nitong paborito ko. Maghapon akong merong LBM na nagresulta sa lusaw na ebak.

Day 50

Meron pa rin akong LBM, kaya wala akong ginawa kundi humiga.

Day 51

Hanggang ngayon, may LBM pa rin. Kailan ba ito titigil? Mahapdi na sa sikmura, anak ng bakang dalaga!

Day 52

I'm still defecating. This must be the worst stomach trouble I've ever had in my life, anak ng bakang dalaga! Talabang buhay! Hindi kaya may red tide 'yong talaba?

Medyo humupa na ang LBM—dalawang beses na lang akong nag-CR, pinakamadalang ito magmula nang tinamaan ako ng diarrhea. Pero hinang-hina ako.

Day 54

Still feeling weak. The family, except me, went to church. I had no energy at all. I could hardly get out of bed. Siguro, kailangan lang mag-exercise.

Day 55

Election time for politicians—the demagogues in our society. They are all crooks. But a priest running for governor in Pampanga got me interested. He has his own politics. Me, too. My politics is: I can make it alone. Ibang klase.

Day 56

I'm slowly gaining my strength. I had better watch my step lest I have that nasty stomach trouble again.

Ayoko nang maulit, pero kakain pa rin ako ng paborito kong talaba, basta hindi bulok.

Thoughts for the day: Read between the lines and you'll see the connection. That's from me (the second sentence). I hate to quote others, no matter how great they profess themselves to be, because I have my own thoughts and I am entitled to them. You, too, are entitled to my own thoughts!

Ingles 'yong buong paragraph, a. Talagang gano'n kapag may cojones ang writer (courtesy of Mr. Hemingway). Ewan ko lang sa 'yo kung meron ka.

It's an extremely hot day. Talk about global warming. O baka dito lang naman sa Cabanatuan, hmm.

It's the same as yesterday, as far as the weather is concerned. Hot as hell! Sana makabili ako ng lupa't bahay sa Baguio, at doon na lang ako magtirang mag-isa kung ayaw nilang sumama sa akin. Sana tumama na ako sa lotto. . .

Day 60

But this morning, it's raining, wow! I'm not thinking about hell anymore but I'm dreaming of cool Canada. I'm really one of those people who can enjoy dreaming.

Day 61

Suddenly, the feeling of attending the Mass was irresistible. We went to the church in the morning. Everything seemed right, no allergic rhinitis. I had no feelings of hatred, as if I were a saint. Siguro, malamig lang ang ulo ko dahil naligo ako at sa bandang hapon ay umulan.

Day 62

Is it a sin to be happy like an idiot? Pati kaligayahan ay pinagdududahan ko. Bihira lang dumating sa akin ito (maliban lang kung nakainom), kaya may duda ako . . . . One thing is sure, I'm really happy—believe it or not.

Araw-araw ay nagbabasa ako ng kahit ano at may nadiskubre akong magaling na writer, si Isaac Bashevis Singer. Para akong nakatuklas ng bagong ginto. Taliwas sa estilo ni Ernest Hemingway, hindi siya gumagamit ng maraming dayalogo. Pero napapanatili niya ang excitement or curiosity ng isang sensitibong mambabasa (katulad ko, ahem). Katulad ni Hemingway, isa rin siyang Nobel Prize winner sa Literature.

Day 64

Patuloy kong binabasa si Isaac Bashevis Singer at kumbinsido ako na siya'y isa ring henyong manunulat. Wala akong itulak-kabigin sa kanyang mga kuwento, ewan ko lang sa mga ordinaryong tao na ang tanging sasabihin ay "never heard" o "wala akong hilig diyan." Ah, walang hilig dahil walang naiintindihan! Ayaw pang aminin, puwe! Excuse me, pero hindi ako nakainom.

Day 65

Palagay ko'y mas mabuti na lang sa akin ang magbasa kaysa magsulat. Hindi ako consistent sa pagsusulat, lalo na kung wala sa mood. "Don't try," sabi nga ni Charles Bukowski, isa sa mga medyo bastos pero magaling na makata na may sariling style. Pero palagay ko'y hindi siya kilala dito sa Pilipinas, sa USA lang. Iba dito, eh.

Pero kung alam kong mahusay ang manunulat na babasahin ko, walang hadlang ang aking pagbabasa, kahit wala sa mood.

Masyadong maraming "pero." Pero style din 'yan. Ah, mas marami pang bulok na style kaysa diyan! Kung ayaw mong maniwala, isa kang moron—style din 'yan.

Day 66

Nabuhay uli ang aking nangunguluntoy na interes sa mushroom. Tumutubo na naman sila nang tingnan ko ang mga fruiting bags sa bodegang ginawa kong mushroom house. Kailangang makagawa uli ng panibagong spawn. Suwerte-suwerte ang paggawa ng spawn. Halimbawa, sa anim na boteng nilagyan mo ng sorghum o rice, maaaring isa lang ang successful. Pero kahit isa lang, marami ka nang magagawang fruiting bags na tutubuan ng mycelium, kung ang mga ito'y successful din. Hirap talaga.

Pero kung walang hirap, walang masarap na kabuteng pinirito sa butter, yum—yum.

Day 67

Maliliit lang ang naani kong kabute. Iba talaga ang tubo ng kabute kung walang ulan, hindi mahalumigmig ang kapaligiran. Kailangang diligin ang palibot ng mushroom house, o bodega. Iyon ay para magkaroon ng artipisyal na humidity.

Day 68

Medyo malamig ang hangin ngayon dahil sa ulan. Maganda iyan sa aking mga kabute. Tiyak na magsusulputan na naman sila sa mga hindi pa tinutubuang fruiting bags. . .

Day 69

Nagsusulputan nga sila ngayong mga alas-sais ng umaga nang bumisita ako sa bodega. Hindi pa pang-commercial ang naaani kong kabute. Matagal na eksperimento tungkol sa paggawa ng spawn at fruiting bags pa ang kailangan bago ako mag-large scale sa produksiyon.

When that time comes, nothing else won't matter. Mark my words. Parang totohanan na yata! Oh, come on.

Gumawa ako ng spawn, gamit ang kabuteng bagong ani. Mauubos na kasi ang lumang spawn na ginawa ko noong nakaraang buwan.

Mga tatlong araw ang palilipasin bago ko malaman ang resulta ng spawn-making ko. Mahirap ding maghintay lalo na't excited. . . .

Hindi na ako nakatupad sa sinabi kong araw-araw na pagususulat sa aking dayari. Talagang ganyan. Pero minor lang iyan kung ikukumpara mo sa mga pangakong sinasabi ng mga bulok na politiko, amen.

Sabagay, hindi naman compulsory dahil hindi naman ako recruit. I'm only a volunteer in this kind of writing activity that is getting to be boring. Ah, I think I need a drink!

Maraming nakakainis na nangyayari pero hangga't interesado ako sa isang bagay, gaya ng kabute, wala lahat iyan. Parang gusto ko uling magsulat ng kuwento. Kailan kaya? Kailangang gumawa ng bagong pen name, para malathala uli. Akala naman ng magasing pinapadalhan ko ng mga kuwento ay isang bagong manunulat na naman na dapat pagbigyan. Pero ang datihan nilang manunulat doon ay mga bungal-bungal na matatandang kabayo na amoy-lupa na! Pinagbibigyan nila ang mga bagong manunulat pero minsan lang nilang ilathala. Ako ay limang beses nang nalathala, gamit ang iba't ibang pen name para magmukhang bagong manunulat palagi. That's the real score, man!

Day 73

Itutuloy ko ang experiment ko sa kabute. Siyam na fruiting bags ang ini-steam ko ngayon. Hindi ko ito pinatuyo, at meron pang maliliit na insekto akong nakita sa sawdust bago ko niluto ng isa't kalahating oras.

Bandang hapon, nagbasa ako ng mga kuwento ni Isaac B. Singer. Fantastic. Talagang may sariling style. Mero din akong bagong nobela ni Gore Vidal pero hindi ko pa inuumpisahang basahin bagama't meron din siyang originality at style, medyo boring nga lang dahil historical novels ang forte niya.

Day 74

Sabado ngayon, may tendency ako na matulog o magrelaks pero hindi ko maiwasan ang gawaing bahay, gaya ng pagluluto araw-araw at pagdidilig ng halaman, lalo na ang mga kabute na walang paltos kong dinidilig tuwing umaga. Oops, hindi pala halaman ang kabute, kundi fungus.

Nagpunta kami sa bayan ng San Antonio, 27 kilometro ang layo sa Cabanatuan. Wala itong ipinagkaiba sa ibang backward na bayan dito sa Nueva Ecija. Parang slum area na sa bawat bahay ay hindi nawawala ang mga taong nakaupo lang, nagdadaldalan at karaniwa'y may tagay. Nasayang lang ang oras ko. Mapilit kasi si Misis na magpakonsulta sa albularyo kahit pare-pareho ang mga ito. Added bonus na ginagawa nila ay ang panghuhula pero hindi ako naniniwala dahil hindi naman sila Diyos na nagtatakda ng kapalaran ng tao.

Day 76

Pasukan na sa public school, pero sa private school ay may allowance na isa o dalawang linggo pa. Gaya ng inaasahan, kanya-kanyang diskarte na naman ang mga titser para ma-augment ang kanilang sahod. Kanya-kanyang raket na naman. Buhay nga naman, hindi na nagbago!

Day 77

Pangalawang araw ng pasukan sa eskuwela, ako na lang ang hindi pumapasok dahil matagal na akong tapos. Kung minsan, may balak akong magpa-enroll sa isang college of law, pero bulok naman ito, diploma mill, nagkalat pa ang mga pokpok na mismong anak ng may-ari ng kolehiyo ang pimp, bulok talaga. Kung naiisip ko ito, nasisira ang balak na iyon. Kaya puro sulat na lang ang ginagawa ko (kahit ano) at puro mushroom culture na hanggang ngayon ay 50% pa lang ang nakikita kong tagumpay, oh my ass!

Day 78

Hindi ko pa tapos basahin si Isaac B. Singer. Kahit pala mahusay ang isang writer, nawawalan pa rin ako ng gana kung merong ibang gawain na umaagaw sa aking pagbabasa, lalo na't ang gawain na iyon ay pangkaraniwan at nakakabagot . . . never mind!

Day 79

Nagparehistro kami ng jeep, kasama ko si Jullian at Justin. Nagpa-emission test muna bago rehistro. Mga isang oras akong naghintay bago ko nakuha ang mga ikakabit na stickers. Parang nililitson ang buo kong katawan at mamula-mula ang aking mukha sa sobrang init at hypertension na nararamdaman.

Hindi nawawalan ng mga taong gusto ang serbisyo ng fixer. Mas tamad pa pala ang mga iyon sa paghihintay kumpara sa akin. Hindi ko kailangan ang fixer, buwisit lang sa buhay iyan.

Day 80

Nagpunta sina Odessa at Justin sa Manila—Maynila pa rin ang ginagamit ng mga manunulat dito pero Manila naman ang palagi kong naririnig sa usapan. Si Odessa, aking panganay, ay mamamalagi doon hanggang June 11 dahil sa "retake" sa nursing board exam. Pasado siya pero requirement ito ng CGFNS dahil nagkaroon ng leakage sa naipasa niyang exam. Si Justin naman ay bibili ng libro sa accounting dahil papasok na siya sa June 18.

Day 81

Bisperas ng 23rd wedding anniversary namin ni Mayette. Parang kailan lang. May puti na ang aking buhok at balbas, pero ang aking pakiramdam ay gaya ng isang 27 years old.

Day 82

Wedding anniversary. Nagsimba at nagtuloy sa N.E. Pacific Mall at kumain ng litsong manok, sisig, litsong kawali, nilagang baka at uminom ng softdrinks. Parang "eat all you can" ang nangyari pero pinilit naming ubusin ang pagkain dahil iniisip namin na maraming taong gutom.

Ako'y parang hindi natunawan kaya uminom ako ng dalawang Red Horse. Ayos ang pakiramdam at mahimbing ang tulog. Siyempre may romansa bago iyon. Ngayon, masasabi mo bang masama ang uminom? Ang unang reaksiyon ng mga taong hindi nakakaintindi sa umiinom ay pagkainis o galit. Ah, wala akong pakialam sa kababawan nila.

You don't drink beer or wine? You don't know what you're missing. Halimbawa, hindi mo kailanman matutuklasang mag-isip o magsulat nang orihinal na may kalayaan, gaya ng ginagawa ko ngayon, ahem. Ah, kailanman ay hindi nila masusukat ang katalinuhan ng isang taong mas gustong uminom mag-isa kaysa makipagtagayan sa mga kaibigan lang sa bote! Basta alam ko, consistent ako sa pagiging misantropo, itaga mo iyan sa bato.

Oo nga't marami ang nagiging baboy kung nalalasing, sila ang hindi dapat uminom, at ganitong klase lang ang nakikita ng mga ordinaryong tao na naghuhusga na lahat ng mga lasing ay ganito. Tsk, tsk, tsk, they know nothing. Tanungin na lang nila si Ernest Hemingway at Charles Bukowski, ang dalawa sa mga pinakadakilang lasing sa mundo, kung kilala nila.

Day 83, 84. 85, 86, 87, 88, 89, 90

Walong araw ang nakalipas mula June 10. Naging abala ako sa mga araw na ito dahil nahati ang aking atensiyon sa mushroom culture (hindi ko talaga maiwanan kahit hirap sa pagtubo ang mga kabute sa fruiting bags), pagluluto nang maaga para sa mga anak na papasok sa eskuwela, pagbabasa ng mga pocketbooks, at pagsusulat ng mga kuwento malathala man o hindi.

Nakaligtaan kong maglagay ng tala sa dayaring ito araw-araw, ngunit hindi nangangahulugang hindi naging aktibo ang aking intelektuwal na buhay. O baka nagiging boring na ang ginagawa kong ito. Isa pa, nalalagas na ang mga dahon ng pinagsusulatan kong notebook. Mas maganda siguro kung mas matibay ang pagsusulatan para ganahan uli ako at mabuhay ang dugo. Gano'n nga siguro, ewan ko. I'm in a limbo.

Day 91, 92, 93, 94, 95, 96, 97, 98

Akala ko, ayos ang buong linggong ito pero mali ang akala ko. Hindi mo alam kung kailan susumpungin ang mga may kuliling na ordinaryong tao, mabuti naman sana kung matalino. Ngayon lang umaga ay napilitan akong magpasensiya gaya nang ipinakita ko sa mga karpintero noon, o sa mga magsasakang may kuliling nang minsang pumasyal kami sa bukid. Ayoko nang banggitin ang detalye dahil hindi na bago sa akin ito. Ano pa ba ang magagawa ko. I guess I'm a helpless victim of a rotten society. Simple as that.

Napagod o nabagot (kahit alin diyan) na ako sa paglalagay ng entry sa dayaring ito. Makikita mo ito sa nagdaang dalawang entry. Pero masasabi kong isa itong kakaibang karanasan. Kung magpapatuloy ako sa pagsusulat araw-araw, niloloko ko lang ang sarili ko sa pag-asang meron palagi akong bago na maisusulat. Hindi ko alam kung kailan uli ako magsusulat, maaring paglipas ng isa, dalawa, o tatlong taon . . . ah, kung kailan susulpot uli ang duende.

Nagsusulputan na naman ang mga alaga kong kabute, lumalamig na kasi ang panahon. So, magre-research pa ako ng mga putaheng hinahaluan ng kabute. Dalawang paragraph lang ang kaya ko . . . break.

Dayari: Part Two

September 11, 2011

10th anniversary ng pagbagsak ng Twin Towers. Parang gano'n din ang dating sa akin at sa aking anak ngayon dahil sa walang kuwentang nararanasan niya ngayon sa loob ng seminaryo. Kahapon ay naikuwento ni Jus sa akin kung paano maliitin ng isang pari ang kanyang kakayahan sa pag-aaral sa philosophy. Ito'y may kinalaman sa isang assignment. Mali raw ang sagot niya, samantalang opinion lang naman ang hinihinging sagot sa assignment na iyon. Hindi yata alam ng pari na iyon kung ano ang opinion. Priest, an opinion can never be proven false or true. Tapos ka pa naman ng philosophy.

Hindi pa siya nasiyahan at nag-akusa pa siya ng intellectual arrogance na nauwi sa pagtalakay niya tungkol sa stupidity. Pati personal na buhay ay pinakialaman na rin niya at iyong dahilan ng pagpasok ni Jus sa seminaryo. Kasali pa ba iyon kung marunong siya ng correct reasoning na ipinapangalandakan niya?

Hanggang sa napaiyak na lang siya sa mga pahaging at panlalait ng paring iyon na akala mo santo kung nagmimisa, pero tarantado naman pala ang bunganga kung sila-sila na lang sa loob ng seminaryo! Sa halip na makonsiyensya, sinabi pa niya sa aking anak, "Paiyak-iyak ka pa." Ah!

41

Bumaling tayo sa mas malalang atomic bomb.

"Okey na ako. Dahil umiyak din siya isang araw," sabi ni Jus.

Akala ko, nakonsiyensya rin sa wakas si Pari. Iyon pala, ayon kay Jus, napatalsik ang dalawang alaga niyang seminarista dahil may milagrong ginagawa—pinapraktis nila ang kabaklaan nila. Kaya siya naman ang paiyak-iyak, ha, ha. Dahil ba mami-miss niya ang dalawang kapederasyon?

Napakababaw ng sanhi ng pag-iyak niya, pero iyong mas malalim na dahilan ng pag-iyak ng aking anak ay binalewala niya. Walanghiyang buhay ito, oo . . . that's all for now.

Oops, may pahabol pa. Kung magparusa daw sila sa mga hindi makatupad sa kanilang rules o policy ay grabe, barbaric. Ibibilad ka, halimbawa, sa sikat ng araw sa loob ng kalahating araw. Hindi ba nakaka-skin cancer ang sobrang pagbibilad sa araw? Common knowledge ito, dapat alam nila. Sa aspeto ng kalusugan, wala silang alam, o walang pakialam. Padre Damaso, talaga bang wala ka pa ring asenso sa kaalaman, o sadyang manhid ka lang at Diyos ang tingin mo sa sarili? . . . ang sama ng unang entry ng dayaring ito, demonyo, but no apologies. To be continued.

January 15, 2012

Here we go again. I'm back. Madaling araw, alas-singko, gusto kong magsulat uli sa dayari, iyon ang nararamdaman ko ngayon. Kaya kahit walang topic na malinaw, o walang injustice na mainit–mas bagay yata iyong hot na gamitin–heto ako at nagsusulat kahit paano.

Pista raw ng Santo Nino ngayon (nakalimutan ko na rin kung paano mag-type ng enye). Pa-dance-dance na naman ang asawa at mga anak mamaya pero hindi ako, lakad-lakad lang ako, tangan si Santo Ninyo (ganitong ispeling na lang pero hindi ibig sabihin na Santo lang ninyo, ahem).

Lakad hanggang mapagod at pag napagod, madudumihan ang isip at muling isusumpa ang mundong ipokrito . . . hummph, to be continued–call of nature, you know.

January 18, 2012

Aanhin mo ang isang mansion o palasyo (kahit alin diyan) kung ang nakatira ay kuwago. (Hindi ko matandaan ang eksaktong kasabihan.)

Karaniwan itong sinasabi ng mga mae-erap pero ang idolo nilang erap ay merong mga mansion. Sour grapes! Pero hayaan mong mag-iskuwat sa iyong lupa at magtayo ng bahay-kubo, asahan mong kapit-tuko. Ganyan talaga ang buhay. Kung hindi mo pa alam iyan, isa kang uto-uto.

Never apologize for saying what you feel. If you do, you are apologizing for the truth. That's what I have read early this morning on Facebook.

Itlog na maalat–iyan ang pinagkakaabalahan ko ngayon (hindi na kabute), hindi iyong itlog na pula ang kulay na nakakakanser ayon sa aking pagre-research. Hindi ko rin ginagamitan ng putik na paulit-ulit forever kahit halo-halo na ang nandoon, kaya semi-bulok karamihan sa natikman ko.

Ganoon pa man, mahina pa rin ang acceptability ng aking salted eggs. Hati ang kanilang reaksiyon kapag nakatikim sila. Kahapon nagdala si Misis ng mahigit 50 na itlog sa bangkong pinapasukan niya. Merong nagsabing masarap daw ang itlog ko, katamtaman lang ang alat. Meron namang nagsabing dapat daw ay iyong nagmamantika tulad ng itlog na pula. Iyong isang babae na nakatikim ng libreng bigay, matabang daw at humingi pa ng asin kay Misis–ito ang pinakawalang kuwentang reaksiyon, gratis na nga pangit pa ang ipinakita, puwe.

Isa pang atomic bomb. Nagrereklamo ang isa ring babae na kaopisina, kulang daw ng dalawa iyong sampung itlog na nabili niya. Pero ang bilang ni Misis ay sampu bago ito ibinigay, pero kulang daw talaga ng bilangin niya pagdating ng bahay. So, ibinalik ni Misis iyong halaga ng dalawang itlog. *Takki*, 'ika nga ng mga Ilokano. Siguro, naisahan siya ng isa sa mga magnanakaw sa bangko na gusto ring makatikim ng libre!

Takki, kaya matagal nang hindi ako bilib sa mga disenteng manamit sa bangko at sa iba pang disenteng opisina dahil dalawang itlog na maalat lang ay pinagnanasahan pang nakawin.

Para naman sa natatabangan sa aking itlog, budburan na lang niya ng asin iyong itlog ng asawa niya . . . ah, makatulog na nga uli . . . *zzzzzzz.*

June 1, 2012

Katatapos pa lang ng impeachment trial kay CJ Corona at guilty ang hatol ng mga senator-judges. Wala akong paniwala sa hatol nila. Noong una pa man, alam kong itoy politically motivated dahil lang sa hindi gusto ng gobyerno ni P-noy ang paghatol ng SC sa kaso ng Hacienda Luisita, obvious ba? Kunwari may paglilitis na ginawa ang impeachment court pero sa una pa man ay alam kong mai-impeach talaga si Corona. Dahil lang sa maling pagdeklara niya sa kanyang statement of assets, liabilities and net worth (SALN). Pera-pera lang at guilty na siya, ayon sa mga ipokritong judges.

At ang pinaka-ipokrito sa lahat ay si Lito Lapid, na awang-awa pa mandin kay Corona (take good care of your health, Chief, pero sa Tagalog siyempre), pero sa bandang huli, kontodo arte (with emphasis) siya sa kanyang paghatol na GUILTY! Takki, 'ika nga naming mga Ilokano.

Mahigit ding isang taon ang lumipas bago ako nagkaroon ng gana na magsulat uli sa blog na ito. Taong 2007 nang umpisahan ko ito. Nawala na iyong passion ko sa pagpapatubo ng oyster mushroom at sa paggawa ng salted eggs. Pero sa taong ito, nagkainteres ako sa paggawa ng tinapa. Yes, at hindi iyong tinapang galunggong o tinapang bangus na boneless na palagi mong nakikita sa palengke, kundi iyong tinapang tilapia.

Napakaraming trial and error ang nangyari bago ko ito na-perfect. Napakalasa, mas masarap pa kaysa iyong galing sa Bataan, sabi ng mga nakatikim. Pero ang problema ngayon ay sa marketing. Nakatiwangwang ang ginawa kong smokehouse dahil diyan. Binibiro ko ang asawa at mga anak na babae na subukin nilang magtinda sa palengke, pero ayaw. Demotion daw sa kanila iyon, pero noong may katulong ay hindi rin pinagtinda sa palengke dahil busy sa gawaing bahay, anak ng tinapang buhay! Perfect ang technology, pero palpak ang marketing. Baka matulad na naman ito sa nangyari sa kabute at salted eggs. Kahit ganoon, okey pa rin dahil dinalaw ako ngayon ng aking muse at wala akong magawa kundi magsulat.

June 29, 2013

Meron pa kayang logic na maaasahan? Ngayon lang

ay nabasa ko na hindi raw dapat mag-provoke ang Pilipinas laban sa China, na alam naman natin ang ginagawang pag-agaw sa ating mga isla sa Spratly.

Why is it so wrong for us to provoke that country? In the first place China started all the provocation and bullying. Ah, this is driving me to drink even in these wee hours of the morning.

July 13, 2013

Ang tao ay pino lang sa loob ng 2 minuto. Pagkatapos niyan, bastos na siya. Karanasan ko iyan, lalo na sa mga hindi naman kamag-anak na "bumibuwisita" kung minsan dahil kilala lang nila si Ismi.

Gano'n din sa palengke o sa loob ng mall. Masyadong sweet ang offer sa iyo ng mga saleslady (pa-sir-sir pa sila, shit) at kahit ayaw mo o binili mo, pag hindi ka na tumitingin o kaya'y pagtalikod mo, meron kang maririnig na parinig o halakhakan. Parang nakakaloko. It feeds on my paranoia. Pero ang tingin ko sa kanila ay mga moron. Spread the word, have the courage.

July 15, 2013

The allergy is back. It's like a thief that comes unexpectedly and I feel like I'm caught with my pants down! It started early this morning as soon as I got up from bed. I took a t ablespoon of Benadryl and it eased my breathing a bit, but as soon as its antihistaminic effect wore off, I had the same stuffy nose. Try Neozep. OK. I took one tablet, the non-drowsy one because I was already drowsy. Somehow my breathing became easier, but only for 3 to 4 hours.

I still suffer from it, this allergic rhinitis. I know there's no cure; if you have it, you have it. You just have to avoid the dust, the perfume, the carbon fumes, the detergents, anything that could trigger allergy.

Saang sulok ng mundo ako pupunta para maiwasan ang mga sanhi ng aking allergy? Wala, kundi sa isang utopia, na fiction lamang . . . makainom na nga lang ng dalawang Red Horse, baka sakaling makalimot sa allergy at makatulog nang maaga . . . bawal din pala ang alcohol, lahat na lang yata bawal. Pati tanging kaligayahan ko ay puputulin pa. A, basta iinom ako . . . zzzzz.

July 24, 2013

Dismayado pa rin ako hanggang ngayon. Kahapon, hindi pinahintulutan ang aking comment sa isang blog sa wordpress.com. Ako lang yata ang nag-iisang nagbasa at nagkomento sa artikulong iyon tungkol sa kung ano ang dapat gamitin: *p* ba o *f* sa pangalan ng bansa natin. Noong una ang nandoon sa aking comment ay: your comment is awaiting moderation. Pagkaraan ng isang araw, burado na ang comment ko.

Tanging ako lang ang nag-comment at hindi pa pinayagan. Hindi ko naman gusto ang laman ng walang kuwentang artikulo, kaya walang nag-like kahit isa.

Anong klaseng lathalain iyon? Ang tanging naiisip ko ngayon ay barkada lang sila, tayo-tayo mentality, hindi dapat makasingit ang bagong dugo, hindi kauri, outsider iyan, atbp. Parang mga politiko rin pala na may kanya-kanyang partido ang unyon ng mga ganoong manunulat na narrow-minded. Walang kuwentang salihan, wala namang nagbabasa sa kanila. Mas binabasa pa yata iyong mga kuwento ko at tula (for your info, I write in English and in Taglish).

Pero sa akin, hindi na dapat baguhin ang ispeling ng Pilipinas, hindi dafat Filipinas, dahil bakla ang dating. O baka naman puro mga facifica falayfay ang nagpapanukala niyon. . . sabagay parami na nang parami ang nagiging miyembro ng federasyon, as if I didn't know.

August 14, 2013

Akala yata nila ay perfect ako na palaging iyong gusto nilang makita ang ipapakita ko. Mga politiko lang at iba pang ipokrito ang gustong maging perfect sa paningin ng kanilang mga tangang baliw na tagahanga.

Hindi ako ganoon. It is either you hate me or love me.

No one beats an intelligent reader. Unfortunately most Pinoys hate reading; they would rather go out and gossip. Limang minuto lang daw na magbasa ay sumasakit na ang ulo, pero tatalunin ka pa rin nila kung bumaba ka sa kanilang bulok na level.

October 3, 2013

Okey na rin sa akin kung hindi ako nakapagtrabaho sa mga gusto kong ahensiya noong araw, government man o private, dahil hindi ako writer ngayon kung naging empleado lang ako bilang isang agricultural engineer. Matagal na ring sumagi sa aking isip ito, kaya lang ay ngayon lang ako sinipag na isulat ito dahil lasing ako.

Truth, sometimes, happens to me this way and no matter what those ordinary people say , I don't care. I have no patience with those who don't understand.

October 16, 2013

Itinuturing kong best friend ang alak. Dahil dito ay nawawala ang kabuwisitang nararamdaman. Kahit ano pa ang sabihin ng ibang tao na makikitid ang isip tungkol sa mga umiinom, wala akong pakialam. Wala naman silang maitulong at masabing maganda, buwisit lang sila. "Alaktrician" ang karaniwang parinig nila, hanggang gano'n lang, walang kuwenta. Ni hindi man lang nila maisip, kung may isip sila, na napakaraming matatalino at malikhaing tao na umiinom. Palibhasa'y iyong nakikita lang nilang lasing ay iyong mga engot sa kanto o iyong mga nasa harap ng sari-sari store na nagtitinda ng bulok na bilog.

Hanggang doon lang umiikot ang mababaw nilang pananaw pag nakakakita ng isang lasing. Umiinom ako pero ako lang mag-isa para mas masaya, kung naiintindihan mo ang ibig kong sabihin.

Medyo madaldal lang ako kung nakainom, pero doon lumalabas ang mga ideyang naiisip at impormasyon na nabasa, kung kausap ang asawa at mga anak, salamat naman at nakakaintindi sila. Pero ang ibang tao? Shit! Taliwas sa pangkaraniwang inaasahan, mas kalmante at gentleman ako, hindi iyong stereotyped na maangas at madiwara na nakikita mo sa TV na ang eksena ay sa slum area, sa loob ng bahay o sa harap ng sari-sari store. Ang mga iyon ay mga lasenggong bulok. Hindi mo ako dapat ikumpara sa mga engot na iyon dahil ako ay iba, hindi pangkaraniwan, ibang klase. Kung hindi mo pa rin maintindihan iyon, isa kang moron. At lalong hindi mo maiintindihan kung iinom ka, dahil isa kang moron. Now you know.

Mula October 11 hanggang ngayon, wala pa ring koryente. Malaki ang pinsalang idinulot ng bagyong Santi, wala siyang sinanto. Pati mga negosyante, nagsasamantala rin. May nagpakalat ng balita na 3 buwan daw na walang koryente, kaya nagbilihan ang karamihan ng generator kahit mahal–4,500 pesos ang dating presyo pero ngayon ay 15,000. Kumikita nang husto ang mga tindero ng generator. Pero wala akong balak na bumili dahil hindi naman ako naniniwala sa maling balita.

Ngayon lang (habang sinusulat ko ito) ay meron nang koryente sa palengke at ibang kalye ng Cabanatuan. Meron na rin akong nakita na nagpaskel ng "Generator For Sale" sa harap ng kanyang bahay dahil hindi na niya kailangan ito. Iyan ang napapala ng mga gaya-gaya sa pagpa-panic ng iba na naniniwala sa maling balita o tsismis.

I'm happy like an idiot today. I have made it as one of the monthly winners (I'm number one on the list of five winners) in the Tulaan sa Facebook 2013.

Ang paligsahan na ito sa pagtula ay parangal sa ating bayaning Andres Bonifacio. Pipiliin ang final champion sa November 30, sa listahan ng mga monthly winners mula June hanggang October.

Malakas ang aking instinct na magwawagi uli

ako.

There will be a lot of boozing if that happens. I'm very excited, again like an idiot.

November 7, 2013

Naisip ko lang ito ngayon. Kung hindi mo pa masyadong kilala ang isang tao ay puro parinig ka na lang at kung bistado na ninyo ang bawat isa, kahit magmurahan na kayo, okey lang. Pero mas masakit ang parinig dahil hinuhusgahan ka na agad.

Hangga't maaari, ayokong magparinig, magpasaring o magpahaging (kahit alin diyan) dahil bumababa lang ang tingin ko sa sarili ko. Ang mga mahilig magparinig o magpahaging ay duwag. Akala nila ay palaging safe sila.

Pero sisitahin ko na sila magmula ngayon (natuto na ako) basta may pagkakataon. Maghalo na ang balat sa tinalupan, I'm ready.

December 12, 2013

Heto lang ang masasabi ko sa araw na ito na hindi naging kanais-nais. Kung tahimik kang tao, hindi galawgaw, kung ano-ano na lang ang maiisip at sasabihin ng mga tangang tao—mapagkakamalan kang sira-ulo, bakla, o bobo gaya nila. Halimbawa, sino ang tunay na lalaki sa tingin nila? Iyong madaldal na parang babae? Mas madaldal, mas lalaki sa tingin nila–iyan ang lalaki para sa kanila. Hindi nila maintindihan ang tahimik na lalaki. Ganoon sila kabulok. (Gaya ni Omeo at Edo–dalawang bulok na bulol sa klase namin noon. Bakit bulok? Dahil wala silang kuwentang bulol. Dahil wala silang utak, maiingay lang. Ang isang bulol ay dapat magpakatalino nang husto para siya ay galangin kahit paano. Pero sila, wala silang pakialam sa kalagayan nila kahit binabastos ng mga tuwid ang dila, na bulok din naman–ah, pare-pareho silang bulok!)

Ang tanging nakakaranas ng maling opinion ay ang mga tahimik, gaya ng sinabi ko. Sa una'y mahaba ang pasensiya dahil alam niyang ungas lang ang kausap niya. Magsasa-walang kibo, tatahimik, hindi siya papatol, sayang lang ang oras niya. Pero merong pagkakataon na kung puro pangit na lang ang naririnig niya, nauubos din ang pasensiya at mapapasigaw siya, "Mga bobo, taena kayong lahat!"

Siguro matitigilan sumandali, magtitinginan sa isa't isa, mapapatingin din sa iyo na parang ikaw pa ang nasira ang ulo, sa halip na sila. Pero pagkatapos, tuloy na naman ang mga ugok sa daldalan na parang walang narinig. Pero kailangan mo nang bantayan ang iyong likod palagi, traydor sila. SILA.

Ang mga karaniwang sales clerk, mga boy o kargador o sales assistant, kahit ano'ng itawag diyan, ay pare-pareho ang ugali–mayabang, bugok lalo na't walang ginagawa. Kahapon, nagpunta ako sa MegaCenter para tumingin ng helmet para sa aking Honda Wave Dash. Meron nang helmet pero ang anak na ang gumagamit, masikip kasi sa ulo, hindi komportableng isuot. (Parang ayaw ko nang ituloy . . .) Pero, sige lang, if only to get it off my chest. Tutal, naumpisahan ko na ito, tuloy-tuloy na. . . .

May isang ungas na kunwari masipag mag-assist sa tinitingala kong helmet, dahil mataas ang kinalalagyan. Madali niyang kinuha ang dalawang helmet dahil matangkad siya at ipinakita sa akin. Pero hindi ko nagustuhan at ibinalik niya sa kinalalagyan. Maya-maya, meron na siyang sinasabi sa isa niyang kasama. Mas mainit dito, sigaw niya at inuulit pa. Kahit nalalamigan naman ako sa aircon. Son of a bitch! Hindi lang niya maderetsa na naiinis at tinatamad siya na mag-assist dahil hindi ko naman nagustuhan iyong mga pangit at baduy na disenyo ng helmet. Class na pala ang mga tsimoy sa mall ngayon. Mag-assist lang nang konti sa mga customer, marami ka nang maririnig na pahaging. Kaya siguro walang masyadong bumibili sa hardware na iyon ay mga tirador na baboy na nagdadaldalan lang ang naririnig nila. Ace ang pangalan ng hardware, kung gusto mong malaman, ace ha?

Nakapagtataka kung papaano pinapasuweldo

iyong mga alalay na iyon na walang ginagawa na parang mga estatwang nakatayo, pero biglang magdadaldalan kung merong maligaw na customer. Style bulok talaga, style Pinoy, o penoy, kahit alin diyan.

Ipinagpipilitan pa kunwari iyong helmet, pero sabi ko'y hindi na at tumalikod na ako. Walang magandang helmet, pangit, sabi ko nang pabulong dahil hindi ako bastos na kagaya niya na isinisigaw pa ang parinig niyang bulok, whoa, nakakasawa na. Pero mas mahaba ang aking naitatala sa dayaring ito lalo na't may first-hand na karanasan (kahit pangit) tulad nito.

January 4, 2014

Nakabili na rin ako ng helmet kaninang umaga. Tinanong ko ang nagtitindang lalaki kung may bawas pa iyong presyong P1,200.00.

"Tapat na iyan," sabi niya. Pinili ko iyong kulay itim bagama't meron ding blue at red.

"Baka puwedeng 900 na lang," sabi ko.

"Sagad na iyan. Wala na akong tubo sa 900," sabi niya.

Binili ko na ang helmet. Iyong isang babae na assistant ang nagbigay sa akin ng resibo. Pagkatapos, nakipagbiruan na iyong tindero sa babae, hagikgikan sila na parang wala ako doon. Walang imik na tumalikod ako at lumakad patungo sa aking kotse.

56

Wala man lang akong narinig na "Thank you."
Walang gratitude kahit pinapayaman mo sila.

Iyan ang kaibhan ng isang business establishment na nakabase lang sa downtown o city proper at sa ibang negosyong nasa loob ng mall. At least, sa mall mas refined ang nagtitinda at malamang may "thank you" kahit ano ang ugali o itsura mo, kaysa doon sa tinderong walang training sa customer service–stupid grocer, that's what he is. Magmula ngayon, sa mall na lang ako bibili, kahit mas mahal. Itaga mo iyan sa bato. Here we go again, ah.

February 4, 2014

Very recently, my first book, FEVERS (a collection of poems), has been accepted for publication. Anyone who is interested, it's available on amazon.com.

Other books of mine will follow soon. We have the right to be published as long as we can write.

February 28, 2014

What's on my mind today? Well, stupid people, especially tricycle drivers in my beautiful city, never learn how not to be stupid. Palaging naghahanap ng mapagti-tripan kung kumpol-kumpol silang nagdadaldalan dahil walang maisakay at iyon ang nakakabuwisit kung napatapat ka sa kanila at hindi ka naman sumakay. Puro tae ang lumalabas sa bunganga. Peste. Kahit pa maging highly urbanized city ang Cabanatuan, pangit pa rin ang siyudad na ito dahil sa mga timawang traysikel drayber na tamad mag-isip ng ibang mapagkakakitaan. At ipinagmamalaki pa nila na tricycle capital of the Philippines ang Cabanatuan, taena . . . zzzzz. Hintay muna, meron pa akong narinig minsan nang ako ay nasa Baler: Mga asong ulol daw ang mga tao sa Cabanatuan. What do you think? How does it feel? But I don't need any answer.

March 23, 2014

Magaling lang sa tsismis ang mga ordinaryong tao. Pero pakitaan mo sila kung paanong maging tapat, makatwiran, o kung paano magsulat nang makatotohanan ay wala lang, wala lang, walang narinig o nabasa. What horrible, idiotic lives they have!

Pahabol lang ito. Totoo pala iyong sinulat ko bago ito tungkol sa mga tao dito na mistulang mga asong ulol. Kamakailan lang ay napanood ko sa TV na may nagkakatay ng mga aso sa bandang Mabini homesite at ipinagbibili para gawing asusena. Ha! No wonder. Kaya pala, parang may rabies ang ugali ng mga tao sa Tricycle Capital of the Philippines.

April Fools' Day. Pero kahit hindi April 1, hindi nawawala ang mga fools tuwing lalabas ako ng bahay. Talagang ganyan, ke alam ng mga fools o hindi ang tungkol sa April Fools' Day. Fools are everywhere the whole year round. Kaninang umaga, bumisita ako sa isang dating kaklase sa True Love Center (shit!) sa siyudad na ito (na matagal na sanang naging HUC, pero dahil sa bulok na politika ay hindi matuloy-tuloy, puro TRO na walang katapusan, at iyong nagsusulong naman ay halatang pansariling kapakanan lang naman ang iniisip at dadami pa raw ang mga traysikel sa halip na mapalitan ng taxi kung meron ng HUC).

Noong una maganda naman ang ambience sa rehab center na ito. Pero ngayon ay parang hindi propesyonal ang mga nagtatrabaho, lalo na iyong mga utusan o tsimoy na parang mga idiot na humahagikgik nang palihim kung ikaw ay nakatingin. Parang mga asong bakla na sadyang pinapalambing ang boses para lang makapagpatawa–nakakaintriga kahit masyadong cheap ang dating. Napakamalas ng may-ari sa mga ganoong gunggong na pinapasuweldo! Medyo may edad na ang kaklase ko at walang asawa, pero hindi bakla, kung iyon ang iniisip ng mga makikitid na walang pinag-aralang mga timawang bastos na iyon. Siguro sa epekto na rin ng gamot ay hindi na niya pinatulan ang mga asong ulol na iyon. Pero noon, wala siyang sinasanto. Basta nakarinig siya ng hindi kanais-nais na parinig ay agad niyang tinitira ang nagparinig, sa salita o suntok.

Pasalamat sila, taena nila, at sa sulat ko lang ibinuhos ang galit ko. Mga may kuliling na tsimoy ng True Love Center, sana mabasa niyo ito, kung marunong kayong magbasa. Sabagay, mga idiot naman kayo kaya okey lang kahit ano'ng isulat ko. April Fools' Day? You are all fools any day of the year!

June 30, 2014

Another hazing incident happened, leaving an 18-year-old student killed and three others injured. This stuck and burned like hell in my mind until I found myself writing about it. But that's not something new—it's a perennial problem. The anti-hazing law seems to be not a deterrent anymore for those who believe that hazing is necessary to strengthen their much-vaunted idea of brotherhood. Fraternity means brotherhood, as members usually say, and the only way to be accepted as a brother is to undergo a test: hazing. Aspiring members are made to believe the benefits, like protection or security or friendship, once they pass this stupid test. Never mind if it's physically and mentally injurious, just pass the initiation rites or hazing, and you'll be guaranteed lifelong friendship, acceptance, connections, job assurance after college, blah, blah, blah. . . but you are not told you might get killed.

Even if some will be arrested or investigated,

the damage is done. . . . . It's hard to break this old tradition and now that it's illegal, hazing is being done in secret and is more treacherous.

Ah, I have never understood fraternities and their hazing. Brotherhood, but of what sort? If a neophyte comes out alive after hazing, he is a brother. He is entirely a new person but one that is physically and mentally scarred for life. Hazing strengthens character? That's bull.

July 11, 2014

Hawak ang isang bolpen, balak kong magsulat ng mga ginagawa ko sa mga sandaling ito, kahit ano, at ano ang umpisa? Ano pa kundi iyong naisulat ko bago ang pangungusap na ito . . . . Nagluluto ako ng sinaing. Pamaya-maya, tumawag si Misis, sinabing kumukulo na. Huminto ako sa pagsusulat, tinungo ko ang gas range, binuksan nang bahagya ang takip ng kaldero, bumalik sa upuan, at itinuloy ang pagsusulat. Huminto ako sumandali at tiningnan ang bolpen, Panda ang brand, okey namang ipangsulat, madali at mabilis ipangsulat. Huminto na naman ako nang ilang minuto, nagbuklat ng UP diksiyonaryo, tiningnan ko kung tama iyong "ipangsulat." Palagay koy tama dahil may "ipang" akong nabasa at ang gamit nito. Luto na ang sinaing. Puwede nang kumain. Itinuklop ko ang notebook, hinto muna.

I can still feel the heat, this afternoon heat, despite my having taken a bath. I intentionally didn't towel my hair just to keep the cooling effect of water on it—but I'm sweating profusely, especially on my neck and temples. What a discomfort! I can hardly organize my thoughts. . . Naalala ko tuloy noong ako'y sumasakay sa jeepney sa Manila papuntang UP. (UP? Tama iyong narinig mo, hindi iyong UP na alam mo—University of Palengke o University of Pambahay, ha, ha!) Kahit bagong paligo ako, pinagpapawisan pa rin dahil pilit na pinupuno ang sasakyan bago ito umalis, at kahit hindi mapuno, mainit pa rin ang pakiramdam mo dahil walang aircon, pero imposibleng lagyan ito ng aircon, wala sa disenyo.

Tatlong jeepney ang sinasakyan ko mula sa townhouse bago makarating sa UP at puro init, pawis, usok o pollution ang nararanasan ko. Ilang araw lang na ganito ay wala nang tigil ang aking allergy, sumuko na ako. Interesting iyong workshop sa Filipino poetry at inspired ako dahil maraming punong nagpapalamig sa UP, palaging meron kang nakikitang seksing nagjo-jogging, pero sa transportation ako bumigay. Nasabi ko tuloy sa pamilya pag-uwi ko sa UP (University of Pambahay) sa Cabanatuan, "Bangungot ang nangyari. Ang pangit. Bakit hindi pa ipagbawal ang mga jeepney sa Manila? Meron na yata nito bago World War II. LRT at MRT lang yata ang nadagdag kung merong pagbabago."

Isang buwan ang lumipas at kanina lang may anunsiyo sa TV na merong nagmumungkahi na tanggalin na ang mga jeepney sa kalsada. Parang may nakapulot sa aking sinabi! Bakit ngayon lang may nagmungkahi? Dahil sa sinabi ko? Parang telepathy. Ganoon din sa pagsusulat kung wala kang pagkakataon na magsalita, parang napi-pick up din ng ibang tao ang iyong mga ideya at maya-maya ay sinasabi na rin nila.

Kahit sumandali, nakalimutan ko ang init habang nagsusulat. Para din palang alak ang pagsusulat. . . mamaya pa iyan.

Pero may balak pa rin akong bumalik kung mas matibay na ako sa pisikal na aspek. Gaya noong nakaraang taon, nanalo na naman ako ngayon sa Tulaan sa Facebook sa buwan ng Hunyo, at malamang imbitahan uli ako bilang fellow sa susunod na workshop. No matter what the odds, hope springs eternal.

July 13, 2014

Medyo masakit pa rin ang aking talampakan at tuhod sanhi ng pagjo-jogging ko kaninang umaga bago umulan. Katatapos lang ng ulan, nakaupo ako at minamasahe ang mga binti, nababawasan nang konti ang kirot. Kung walang bagyo bukas, baka mag-jogging uli ako.

Tumayo ako, lumakad-lakad sa sala. Parang

bitin ang jogging ko. Nag-jogging ako sa sala, pabalik-balik, kung minsan ay stationary, kulang ang space. Mas masarap pa rin sa open space sa Kapitan Pepe lalo na't umagang-umaga; kahit may hangover, natatanggal, o kahit saan maluwang at may fresh air. Kahit mapagod at sumakit uli ang paa, okey lang. Mamaya mapaparami ang kain kung hindi ko sasabihan ang sarili. Walang kuwenta ang jogging kung tataba ka rin lang, natatalo ang layunin ng hindi mapigilang appetite dahil napagod at nagutom sa pagjo-jogging . . . kailangang gumamit ng mantra, pero baka iyan ay hindi umubra.

July 14, 2014

Lahat ng karanasan ay may kuwenta, kahit walang kuwenta. Mapapaisip ka nang isang minuto kung bakit ko ito isinulat. Pero kung wala ka pa ring naisip . . . never mind.

Napapahikab ako. Gusto ko nang kumain at matulog, kahit marami pa ring tsetse-buretse si Misis at mga anak dahil nanonood ng walang kuwentang TV. Kahit ganyan, okey na rin dahil nagagawa ko pa rin ang gusto ko na magsulat kahit enjoy sila sa nakakaantok na telenobelang pang-ordinaryong tao. Nakakaantok pero hindi ako inaantok dahil sinusulat ko ito. Ang antukin ay bagay lang sa gustong kumain lang nang kumain. Makakain na nga kung ayaw pa nilang sumabay.

Kumakanta ako, sinasabayan sa radyo ang bawat kantang magustuhan, luma o bago, habang nagsusulat ng tungkol sa kasalukuyang ginagawa. Napuputol lang sumandali ang kanta kung may ads o balita. Pero kung baduy iyong kanta, hindi ko kinakanta, ni hindi ko pinapakinggan at nakikinig na lang ako ng ads o balita, maglalakad-lakad sa sala, o kaya'y pupunta sa CR o sa lababo para maghugas ng kamay o mukha.

Kung minsan, gusto kong lagyan ng ibang title ang dayaring ito: What You Need: A Lot of Space, Space. Space ang tema o emphasis. Pero masyadong obvious, huwag na. Merong nagsasabi na kung pagsusulat ang iyong forte ay tanging magbasa at magsulat na lang ang gagawin mo. Pero hindi ako naniniwala, kailangan ding kumanta kung hilig mo. Puwede ring tumakbo ng marathon, lahat puwede, basta kaya mong ikonekta sa pagsusulat at kahit walang koneksiyon, mahalaga pa rin dahil sa space. Hindi ka puwedeng magsulat na limitado ang iyong space. Kung infinite ang space, mas marami kang maisusulat.

October 1, 2014

Everything gives me allergies. So there's no hope. Another downer, eh? Kahit na iyong unang dalawang pangungusap na sinundan ng isang fragment ay nakaka-allergy. Because of that allergy, it takes a couple of minutes before I can write another two or three sentences. After that . . . . pfft.

But now, literally, I'm suffering from allergic rhinitis. Most of the time. Dahil dito, paputol-putol ang aking pagsusulat. Hindi ako makapagsulat nang mga tatlumpung minuto na walang tigil. Palaging istorbo ang allergy, pasinga-singa, padura-dura, hanggang makaramdam ng pagkahapo. Magpapahinga sumandali, pero walang pahinga kung hindi ka rin lang tulog . . .

Putol ang pagsusulat, kaya pipiliin ko ang pagbabasa. Pero isang pahina pa lang ang nababasa, pag nakasinghot ako ng usok, paputok, pabangong nakakasulasok, sabon, o alikabok na nakakapit sa libro, patay na naman ako. Ibabalibag ko ang libro sa sobrang yamot. Mas masarap pang madedbol. Pero bakit buhay pa rin? Tiis, tiis, tiis. gano'n naman palagi.

Pero ang pinakamalaking dahilan ng aking allergy ay ang ugali ng mga tao, tulad ng parinig o pahaging, allergic ako diyan (kung palipad-hangin man lang sana). Maaga kong natuklasan na ang karaniwang nagpaparinig ay duwag at karamihan ay mga Pinoy ang gumagawa. Kahit ganoon, allergic pa rin ako. Bihira na magparinig ako, dahil sukal sa loob ko o hindi ako marunong. Kahit gusto kong sabihin sa pahaging na sila'y moron, asshole, coward, walang cojones (courtesy of Mr. Hemingway again), hindi ko pa rin kayang bumaba sa kanilang level. Siguro ay sa sulat na lang at kung may allergy pa rin, tulog na lang ang solusyon. Zzzzzz, again.

Kung halimbawa, ako'y nanalo sa lotto, magbubuhay-hari muna ako (baka magtayo pa ako ng harem, ha, ha) at kung anuman ang natira ay mapupunta sa mga miyembro ng pamilya. Tutal, ako lang naman ang mahilig sa lotto. Kaya makatwiran lang na ako ang magtamasa sa bunga ng aking hilig.

Sugal ang buhay at kung sinuwerte, ikaw ang unang dapat mag-enjoy. Huwag ipagyayabang sa labas ng bahay ang suwerte, kundi'y mga mandurugas, holdaper, kidnapper, at mga buwitreng timawa na kukuya-kuyakoy lang na walang pinaghirapan ang makikinabang ng biyaya.

Paano iyong sinasabi ng iba na pagtulong sa mahihirap? Oh, hayaan mo sila, makigapas muna sila para makabili rin ng ticket.

Halimbawa lang ito, pero wala na akong problema sakaling manalo man ako.

Libre'ng mangarap, 'ika nga. Pero isali mo na rin ang security. Ano'ng malay mo, baka magkatotoo—hmm, that makes me nervous.

November 3, 2014

Had I known what would happen in that All Saints Day trip, I wouldn't have let my family go to Dagupan. Sitting ducks as they were on that occasion, absorbing the obtuseness and rudeness of the younger generation, they managed to get home, looking sleepy and exhausted like zombies. See, I told you. Oh, when will you ever learn?

December 2, 2014

Bihira lang akong lumabas ng bahay, palibhasa pambahay lang ako. Pero pag lumabas ako, marami akong natututuhan (natututunan ang naririnig ko sa iba, pero mali iyon), at mas marami pa kaysa sa mga taong labas nang labas araw-araw pero parang hangin lang na nagdaraan sa kanila ang mga naririnig o nakikitang kaganapan.

Kaninang umaga, sasakay na sana ako sa aking mountain bike (matagal na akong hindi sumasakay sa mga peste at overpricing na traysikel dahil kailanman ay hindi nakontento sa bayad) nang may kumatok sa gate, isang pulubi. Dumukot ako sa aking bulsa at binigyan ko siya ng piso.

"Piso lang?" sabi niya.

"Sandali lang," 'kako at pumasok ako sa loob ng bahay at kumuha ng isang pandesal at muling lumabas sa pinto. Iniabot ko ang pandesal.

"Ito lang?" tanong niya.

Anak ng bakang dalaga! (Expression ito ni Louie Beltran noon sa radyo.) Choosy na rin pati pulubi. Wala akong litsong baka ngayon, sinasabihan ko siya sa isip ko. Pero kung meron, hindi kita bibigyan dahil kulang pa rin sa iyo!

"Beggars cannot be choosers!" Napa-Ingles tuloy ako sa inis.

Bubulong-bulong na lumayo siya na parang kinakabisa ang sinabi ko. May natutuhan kaya siya?

Hindi ko na itinuloy ang lakad. Tutal, hindi pa man ako nakakalabas ng bahay ay marami na akong natutuhan. Isinulat ko na lang ito bilang bagong entry sa aking Taglish na dayari. O kaya'y idagdag ko ito sa koleksiyon ng aking mga maikling kuwento, konting retoke lang. This is not an empty day at all.

January 15, 2015

Ayon sa nabasa kong balita (ngayon lang), paliliguan ang mga taong-grasa sa Manila, pakakainin, at bibihisan para sa pagdating ng isang rock star, si Pope Francis ng Vatican. Malamang ay wiwisikan din sila ng pabango (pero baka allergic ang Pope sa pabango at sa iba pang hindi natural, gaya ng ipinapahiwatig ng balitang ito) kung sakali mang mapalapit sila sa gawi ng Pope.

Sa lahat ng nakabasa, ako lang siguro ang nakapansin sa nakakairita at nakakatawang balita na ito. Ewan ko, pero seryoso ang mga taong magsasagawa nito. Pagdalaw ng Papa sa mga Yolanda victims, doon niya makikita ang tunay na kalagayan ng mga tao, kung sakaling baliin niya ang protocol.

Pero kahit anong klaseng pakitang-tao ang ipakita sa Papa, alam niya ang tunay na lagay ng Pilipinas, bilang isang third world country. Kaya itigil na iyan, magpakatotoo, at mag-isip ng tunay na solusyon, hindi pakitang-tao lang. Mabubuwisit lang si Papa Lord.

My oversensitivity can get the better of me sometimes. About four days ago a jerk got on my nerves when he reacted to my comments on the looks of this visiting Indonesian President Widodo, a famished-looking guy who is laughing from ear to ear in his photo; but this poor fool said that we should respect this foreign head of state (I wouldn't call him a foreign dignitary as what this dung-eating rabid dog called him). He, an ordinary FB blogger, even called this president his "friend and an ally." What an ass kisser! Widodo doesn't know him at all. How could he presume that Widodo is his friend? Or do they have something in common about their looks and that's the reason why he would argue endlessly—only because he thought I insulted his very special friend, his look-alike?

So I called him an ass kisser (sipsip in Filipino) but he ignored it, not even answered my important questions, and kept on ranting his stupid stereotyped views in either Taglish or broken English—all letters capitalized! There was nothing to do with this runt.

By this time, Widodo might be back in Indonesia again. There's nothing in the news (except that he and P-Noy talked about drug trafficking) that says he is against China's bullying of Asian countries and occupying some parts of the Spratly Islands. You call that an ally? Even if Indonesia is an ally, it cannot help us in times of war against China, because it is also a weak corrupt country like ours.

One thing more, Widodo encourages death penalty and one of the would-be victims (or was she a victim already by this time?) is a Filipina convicted of drug smuggling in his country. Ah, there's no point in writing further . . . this time I'm yawning, boredom's getting the best of me.

March 10, 2015

Matagal ko nang balak magsulat tungkol dito, pero hindi matuloy-tuloy. Kung hindi na naman matutuloy ngayon, kailan pa? Kaya ngayon na, kahit katatapos ko lang mag-agahan ng sarsiyadong dalagang bukid.

Ako ang tipong hindi marunong magbuyboy, tandaan. Kung nakatulong man ako sa tao, kamag-anak man o hindi, tungkulin ko bilang isang totoong Kristiyano (hindi peke) ang huwag umasa ng anumang kapalit. Hindi ko rin ugali ang ibando o ipangalandakan ang aking ginawa. Kung ipinangangalandakan mo ang naitulong mo sa kahit kanino at kahit saan, malamang ikaw ang marunong magbuyboy na umaasa palagi ng kapalit. Ano ang mga kapalit? Ke pera, serbisyo, o laway lang ang iyong naitulong, ang kapalit ay utang na loob na may katumbas na pera. Meron pang nagsasabi na kahit habang buhay ay hindi matutumbasan ng anumang halaga ang naitulong nila. "Patay kang bata kung hindi dahil sa akin," karaniwang dialogue nila. Kaya ikaw na natulungan ay alipin habang buhay, kung hindi ka nag-iisip. Hindi ako katulad ng mga ganyang stereotyped na karakter. Hindi ako aasa ng anumang kapalit dahil walang kuwenta ang pagtulong ko kung ganoon lang ang iniisip ko. Okey lang, masaya pa ako, ewan ko lang sa iba. Magbuyboy? Para lang iyan sa mga karaniwang taong hindi nakaalpas sa pagiging. . . hmm, never mind, nalalasahan ko pa rin ang kinain kong sarsiyado.

March 27, 2015

Wala akong maisulat ngayong umaga, katatapos ko lang magkape, walang asukal, pero merong konting milk powder akong inihalo (hindi ako gumagamit ng walang sustansiyang coffee creamer, calcium ang kailangan). Hindi pa siguro umeepekto ang caffeine, isip, isip muna, remember, remember . . . talagang wala. Binuksan ko ang radyo at may balita pa rin (kahit ilang araw na ang nakalipas) tungkol sa isang estudyanteng grumadwet bilang salutatorian na nagtalumpati tungkol sa pandaraya sa kanya, kaya hindi siya ang naging valedictorian. Pati sa freedom of expression ay dinaya rin siya dahil pinatigil siya sa pagsasalita at pinaupo na lang. "Thank you, Miss Krisel Mallari. Now take your seat." Parang napakapolite, pero martial law ang dating ng kumausap sa kanya habang nagtatalumpati. Napakalaking kabastusan.

Naalala ko tuloy ang nangyari noong ako'y gagradweyt sa elementary school. Nakahanda na rin ang aking speech noon dahil ako raw ang magiging first honor, sabi ng titser. Naniwala naman agad ako dahil sa lahat ng exams na ibinigay sa amin ay ako palagi ang number one. Kahit sa math na dati'y pumapangalawa lang ako sa kalabang singbilis ng kidlat kung mag-add at mag-subtract ay ako na ang nangunguna, siguro dahil konting numero na lang ang aming binubuno at sa halip ay mga mathematical symbols na lang ang ginagamit namin sa topic na set theory sa algebra.

Pero hindi nawawala ang milagro o hocus-pocus. Ilang araw bago graduation, hindi na raw ako ang first honor. Nagkaroon daw ng computation ng grades at pangalawa na lang daw ako. Kaululang computation! Paanong iyong palaging number one sa grade six ay naging number two? Heto pa, first honor ako sa grade one, grade three, at grade five. Ewan ko kung anong klaseng computation ang ginawa dahil hindi naman ipinakita sa akin iyong dagdag-bawas na niluto nila, shit.

Hindi pa sumasagi sa isip ko noon na biktima ako ng pandaraya, politika o sipsipang bulok. Magkapitbahay iyong titser at mga magulang ng kalaban (kahit sa sports ay daig ko rin siya, lalo na sa boxing kung saan nagkaroon siya ng blackeye nang pumasok kami kinaumagahan. Nag-Pacman na lang sana ako) at panay ang tsismisan nila ng hot monay na titser. Ano'ng aasahan mo? Bahala ka nang mag-interpret.

Binawi ang speech na nakalaan sa akin at ibinigay sa second honor na dinuktor at ginawang first honor. Hindi na sana ako umatend sa buwisit na graduation ng mga ungas! Hindi pa naman kasi ako bastos sa mga nambabastos sa akin noon, kaya tulad ni Krisel tiniis ko ang mga tsismis ng mga mahahabang dilang walang nalalaman kundi tahong at talong. Boring na sa parteng ito . . .

Heto pa pala, isa ring kababalaghan. Iyong consistent na third honor (Papait ang tawag sa kanya, mahilig siguro sa pinapaitan) mula grade one hanggang grade five ay hindi dumalo sa graduation. Mabuti pa siya, bastos, ang pait din ng sinapit niya. Hindi siya ang naging third honor kundi isang kaeskuwelang babae (brown beauty, crush ko siya noon at alam kong crush din ako) na kailanman ay hindi nakaranas ng anumang honor. Wow! Sobrang galing ng computation! Kapitbahay din ni Brown Beauty si Hot Monay, anak ng balbakwa, only in the Philippines, P.I. for short.

Pare-pareho lang pala kaming biktima ng kababalaghan, ng kabastusan, ng super-galing na computation ng grades na nagagawang ang one ay two at ang three ay zero . . . to be continued, call of nature, you know.

After 5 minutes, ayaw ko nang ituloy ito, boring. Para na rin akong nagbawas kahit paano nang maisulat ko iyong bastos na karanasang iyon . . . isa na namang entry sa aking dayari.

April 7, 2015

Dalawang araw ang lumipas mula nang ipagdiwang ng pamilya ang Linggo ng Pagkabuhay. Mabuti ngang pinalipas ko muna ang dalawang araw bago ako nagsulat, kundi'y baka ano lang ang maisulat ko. Medyo cool na ako ngayon bagama't mainit na ang panahon—umpisa ng summer.

Sa sampung resort na pinagpilian namin at gamit ang process of elimination, ang The Big Rock ang aming napili, isang bagong resort sa San Rafael, Bulacan—mga dalawang oras ang biyahe mula sa Cabanatuan, the tricycle capital of the Philippines (karangalan ba iyon? Pero ituloy ang istorya).

Sa bungad pa lang ay malalaking bato na ang sumalubong sa amin at may mga estatwang kahawig ng mga taong taga-Mountain Province, siguro Igorot, Itneg, Ifugao, kahit alin diyan, basta dark brown ang kulay. Tumigil at nag-park ang kotse sa malapit sa pinagbabayaran ng entrance fee. Pumila kami sa bayaran at sinabi ni Misis na siya'y senior. Merong babaeng maitim, maigsi ang shorts, nakaupo malapit sa amin, medyo bata pa pero pangit, hillbilly ang dating. Sinigawan niya ang kanyang mga kasamang bumababa sa jeepney na sinakyan, na luma't nababakbak ang pinta: "Dito ang mga senior! Libre ko kayo!" Ako lang yata ang nakarinig, wala namang reaksiyon si Misis at mga anak at wala rin naman akong sinabi. Sana'y sinabi ko: "Dito rin ang mga pangit na mukhang balbakwa! Hindi libre kahit naka-panty, baka maging toilet bowl pa ang swimming pool!" Isa na namang halimbawa na kung pangit, pangit din ang ugali.

Ang napunta sa amin ay isang umbrella cottage na siyang bakante sa oras na iyon. Ang gusto namin ay iyong enclosed, hindi open, para may privacy, hindi kita ang kinakain o iniinom at bahagya lang kung marinig ang usapan—pero walang available, magtiis sa malas.

Ang katabi naming cottage ay umbrella din at dinig na dinig ang pugikgikan ng mga nandoon, marami sila't may mga bata at mga mukhang hillbilly rin na nag-iinuman, light Empe lang naman ang iniinom, puwe. Kung may maingay na bata ay sinisigawan: "Gago, huwag kang maingay!" At kung may batang hindi alam ang pupuntahan: "Tanga!" At kung malamya at tatahi-tahimik: "Bakla!" Kung hindi naman bata ang tinitira, magpaparinig na lang ng gano'n ding mura. Ah, penoy—mabaho pero parang masarap, parang buhay, buhay Pinoy! Natigang nang husto noong Mahal na Araw at ngayo'y bumabawi sa pag-inom at pagmumura (shit) sa Pasko ng Pagkabuhay. Muli silang nabubuhay, babalik sa bote at kultura ng pagmumura (at pagpaparinig kung hindi kaya), kahit ano pa ang mood: happy, sad, angry, atbp.

Matagal ko na ring sinasabi na hindi na ako excited sa paglabas-labas kung wala rin lang privacy. Lalo na kung uupa pa ng drayber na sumasawsaw sa intelektuwal na usapan (wala namang nalalaman, pinagbibigyan lang), matakaw at namimili pa ng kakainin, lalo lang akong nabubuwisit, sa daan pa lang ay bad trip na. Mabuti pang maglagi sa bahay, uminom mag-isa (mas high pa ako diyan kaysa makipag-inuman sa mga bulok na lasing), at magsulat ng istoryang gaya nito. On second thought I wouldn't have written this, if I had not gone out with the family. That and only that is the only benefit I gained from that trip.

February 14, 2016

I may be dead drunk tonight but if you think I'm one of those bad guys, you are a moron. A man may not be drunk but he could still be rotten just the same. Take a look at those local politicians, religious leaders, stupid intellectuals, or better still, your hypocritical neighbors. More often than not , they are worse than what you think they are.

September 14, 2016

I hate everything traditional—traditional na ulol, gago, adik, ungas, lasing, bully, mga taong puro pakikisama ang sinasabi, at iyong mga basura ang bunganga na mura nang mura maski hindi galit. They all ruin my day.

December 2, 2016

Mga bulok na kaklase ko noong high school at college—taimoy na asong ulol, sungayan (mandurukot ng bolpen) na luwa ang mata, si labio na ang labi ay mala-jumbo hotdog na bulok, si tuyo arimbuyutan, franco negrong nagpatulong pa sa negro ring kapatid, morales na negro din, pascua na mukhang utot, pekeng manaliling daga, atbp. Kahit kanino pa sila magsumbong, wala akong babaguhin sa entry na ito dahil totoo naman. Non-entities sila— kaya hindi capitalized ang mga pangalan nila.

April 2, 2017

Apat na buwan na ang nakalipas mula nang lagyan ko ng tala ang dayaring ito. Dayari pa ba ito? Lalo na't hindi lahat ay mga kaganapan ang aking isinusulat dito. Tulad nito–isang pagpuna sa karaniwang paniniwala ng mga Pinoy na ang sanhi ng appendicitis ay buto ng kamatis. Saan naman kaya nila napulot ang gano'ng paniniwala? Sa pagbabasa? O sa mga narinig na kuwentong unggo o kuwentong barbero? Kung sa pagbabasa, hanggang ngayon, wala pa akong nabasa na buto ng kamatis ang dahilan. Ang nabasa ko'y fecalith ang dahilan—ito'y tae o takki o ebak na napakaliit na nakapasok sa appendix kaya namaga.

Nang maoperahan si Kumander noong 2004, iisa ang konklusyon ng mga bumisita (mga kaopisina, guwardiya, kakilala, atbp): buto ng kamatis. Anak ng tinapa! Daig pa ang mga dalubhasang doktor na siguradong-sigurado sa sinasabi. Natatawa na lang ako nang palihim. Napakarami nang buto ng kamatis ang nakain ko, kasama na ang buto ng sili o bayabas, pero wala namang nangyari.

Mahirap sabihin ang katotohanan sa mga ganoong tao. Kaya mas mabuting tumahimik na lang at hayaan na lang sila sa kanilang walang kakuwenta-kuwentang paniniwala. Kung sila ang nagka-appendicitis at sinabi ng doktor na ebak na kakapuringgit lang ang dahilan, saka pa lang siguro maniniwala.

April 17, 2017

Katatapos lang ng Mahal na Araw at tulad nang inaasahan, dating gawi ang mga tao. May mga naglakad nang napakalayo sa napakahabang prusisyon, nagpapako sa krus, nagpalatigo hanggang dumugo ang likod; may mga pasumpa-sumpa pa na hindi na iinom ng gin bilog o gin bulag, meron din 'yong hindi na raw kakain ng karne at magiging vegetarian na lamang.

Pero umaga pa lang ng Black Saturday, nakahanda na ang gin, pulutan, at damit-pampaligo sa pupuntahang resort o beach. (Hanggang Biyernes Santo lang pala ang pasumpa-sumpa nila.) Nakahanda na rin ang mga kantiyawan at mura. Ah, sadyang ang mundo ay isang komedya sa mga taong mapagmasid.

Para ano pa't lalagyan ko ng katakot-takot na detalye itong entry na 'to para ako'y makakumbinsi? Nakakatamad sabihin ang maliwanag na nakikita, di ba?

April 21, 2017

Kaninang umaga, may kumakatok sa gate. Tiningnan ko, isang babaeng tangan ang isang anak na may sira-sirang damit. Tinawag ko si Misis at sinabi ko na may nanghihingi ng tulong. Sa itsura pa lang ay alam ko na ang kailangan nila—malamlam na mga mata na parang nagmamakaawa at mahinang boses na walang enerhiya. Binigyan niya ng bente at biscuit. Dahan-dahang umalis ang tinulungan. Sinubukan niyang kumatok sa ibang kapitbahay pero sila'y nagmaang-maangan lang, parang walang nakita at narinig. Gano'n dito, ewan ko lang sa iba. " Lonely people . . . where do they all come from?"—mula sa kantang "Eleanor Rigby" ng Beatles. Pero ang setting ay England, o puwedeng US na rin, halos pareho ang mga batas nila sa vagrancy o pagpapalaboy-laboy, kung saan sila'y hinahanap at binibigyan ng tulong. Isang ehemplo ay si Jack London, ang sumulat ng sikat na nobelang *White Fang*, na naging palaboy at naglagi sa isang penitentiary sa New York ng 30 araw noong siya'y 18 taong gulang.

Kung dito sa Pilipinas o Filipinas (kahit alin diyan), maninigas sa gutom ang mga palaboy kung walang magbibigay ng tulong o limos mula sa mga pribadong tao. Bakit palaboy? Dahil wala namang pakialam ang gobyerno at simbahan—erehe at pilibustero din yata ako. Minsan may napanood akong pari sa TV, na saksakan nang taba. Sabi niya'y huwag mo raw tutulungan ang mga namamalimos, lalo na 'yong may kalong-kalong na bata, kinukunsinti mo lang sila sa pagiging pulubi at saka baka hawak pa ng sindikato. Anak ng talabang mataba! Sabagay, paborito ko iyan. Pero ano ngayon iyong palaging sinasabi ng mga pari at politiko na dapat tulungan ang mga mahihirap? Hindi ba kabilang ang mga palaboy o pulubi o taong grasa sa mga mahihirap? Saka lang yata sila makakapagtampisaw sa Boracay kung may rock star na tulad ng Pope na bibisita sa atin. Magpa-impress, magpa-impress. Hindi ko maunawaan . . . inom muna.

Masyado nang mainit bagama't kulimlim ang kalangitan habang sinusulat ko ito. Nakapanlulumo. Dahil diyan, gusto ko nang tapusin ang boring na dayaring ito. Hustong sampung taon at isang buwan ang nakalipas mula nang umpisahan kong sulatin ang dayaring ito, pero hindi pa umabot sa 100 pahina. Bagama't "short" ay hindi naman siguro short iyong mga issues at mensahe na ipinahayag ko. Mamamayagpag ang mga ito hangga't may isang misantropong tulad ko na patuloy na magsusulat.

81

TUNGKOL SA MANUNULAT

Si Lorenzo A. Fernandez Jr. ay nagtapos ng kursong Agricultural Engineering sa CLSU, Nueva Ecija noong 1980. Kahit isang engineer, hindi niya nakakaligtaan ang hilig sa pagsusulat. Katunayan, siya'y nakatapos din ng isang home study course sa Freelance Journalism. Ang kanyang mga akda ay nalathala sa iba't ibang magasin gaya ng Liwayway, Panorama, Chic, Philippine Graphic, atbp. Isa rin siyang online writer at translator. Siya'y taga-Cabanatuan City at ang kanyang e-mail address ay: loaferjr2@yahoo.com.

Made in the USA
Monee, IL
18 August 2025

23636759R00052